U0153160

一開口就會說 越南語

Easy to speak Vietnamese

最超值！一次讓你學會標準對話腔調、方言

Sam Brier & Linh Doan ——————— 著

張錦惠 ——————— 譯

前　言

　　《一開口就會說越南語》是一本簡單且實用的語言工具書，它可以協助您輕鬆學會超過 1,000 種常見的越南語表達用法，讓您在越南外出、交友、購物、點餐、上網之時，也能輕鬆自在地表達，應對自如，進一步提升您在越南享受到的生活旅遊樂趣。

關於越南語

　　在越南，您可以使用北方發音與大多數的人溝通，他們可以理解您說的話 —— 如果您發出的聲調正確無誤的話。然而，假使您到越南南方旅行，或者和美國的許多越南人說話的話，您會想要理解南方的發音，這和北方方言的發音有所不同。因此，為了減輕您在溝通上可能遭遇到的困難，我們在本書中〔用括弧的方式〕增列一些重要、常見的西貢腔（南方發音），幫助您輕鬆辨別南北發音之間的差異。您不需要一再翻閱音譯指南。

　　例如說，在北方，字母 *d* 會發成「z」的音，但是在南方，卻是發成「[y]」的音。幸運的是，大多數的越南語子音都是用我們習慣的方式來發音。

拼法

　　越南語主要使用羅馬字母來書寫，再額外加上一些修飾，諸如聲調

和母音的標記等等。在十七世紀時，法國傳教士將越南的書面語言從漢字變更為羅馬字母，但是，他們的書寫系統一直要到二十世紀才開始逐漸普及，而且沿用至今。有一些他們挑選用來呈現越南語音的字母或者字母組合，看起來似乎是英語母語的人所做出的特有選擇。儘管如此，相較於大多數的其他亞洲語言而言，越南語因為使用羅馬字母而更為容易書寫和閱讀。在本書的第一部分中，您會先看見第一行的中文，接著是第二行以書面語寫成的越南文，第三行才是越南語的發音。

在接下來的這一段關於越南語發音的章節裡，我們首先要學的是子音，接著再學母音。許多子音和母音的發音，就與您已經知道的字母發音一模一樣。假使是不同的發音方式，本書會在旁邊附上一個簡短的說明文。請您務必牢記的是，越南語的字尾子音通常是有聲的子音，但是有時候字音也會被吃掉，這種情況尤其經常出現在南方發音中。

我們在本書中主要使用的是北方的發音。假使南方的發音完全不同的話，我們會使用〔括弧〕來特別標註和強調。如果在括弧中只有一個字母，例如在 *ahn[g]* 的發音中，這意味著「[g]」通常只在南方的發音中才附加上去，北方的發音中並不使用。假使括弧中的字母出現在字首，例如在「Z[Y]a」（*Dạ* 的發音）或者「ch[j]ee」（*chị* 的發音）的情況下，括弧中的字母則是用來取代前面字母的發音。

另外，在其他一些地方，您會在兩個單字或者三個單字之間看見一條斜線（/），這意味著在此不只有一個選項而已。單字的選擇通常會用中文和越南語來特別標記與強調，協助您以更輕鬆簡潔的方式來辨識哪些單字可以用來取代句子中的哪些單字，以及它們可以使用在句子中的哪些地方。

發音

子音（輔音）

B 發音如 Boy 的 B

C 發音如 Gas 的 G 當您在發此音之時，喉嚨後方會發出一點輕微的噴音（搭嘴音）。在南方發音的情況下，C 若是出現在一個字的字尾之時，通常會聽起來像是「P」的發音，但是更柔軟一些。

CH 北方的發音如 CHase 的 CH，南方的發音如 Jeans 的 J 當您在發此音之時，將您的舌頭輕輕頂在您的上排牙齒後方位置上。

D 北方的發音如 Zipper 的 Z，南方的發音如 Yes 的 Y

Đ/đ 發音如 Dove 的 D 請注意，無論是大寫的 D 或是小寫的 d，都帶有「-」這個符號。這使得「D」的音可以與「Z」或「Y」的音區別開來。當您在發此音之時，將您的舌頭輕輕頂在您的上顎中央位置上。

G 發音如英語中 Gas 的 G 但是這個音是不送氣音，也就是說，當您在發此音之時，氣流並不會從您的嘴巴裡逸出。假使後面接的字母是 I 的話，例如 GI（zee [yee]），北方的發音就如 Zipper 的 Z，南方的發音就如 Yes 的 Y。Gi 是「什麼？」的意思。

GH 發音如 Golf 的 G 帶有輕微的送氣音，也就是說，在發此音之時，會有一股氣流從嘴巴裡逸出。

H 發音如 House 的 H

K 發音如 Gas 的 G 在發此音之時，喉嚨後方會發出一點輕微的噴音（搭嘴音），類似「C」的發音。

KH 發音如 *Kiss* 的 K 帶有送氣音。

L 發音如 *Love* 的 L

M 發音如 *Man* 的 M

N 發音如 *No* 的 N 此音若是出現在字尾之時，尤其是在南方發音的情況下，最後的 N 通常會發出「NG」的音。例如說，ǎn（吃）的發音在北方發音的情況下聽起來像是「ahn」，在南方發音的情況下聽起來像是「ahng」。我們將這個字寫成「ahn[g]」，來表示 [g] 的音僅使用在南方發音中。

NG 出現在字尾時的發音如 NG，例如 *si*NG 的 NG 在南方發音的情況下，NG 出現在字尾時，經常會被吞掉，發音變成比較近乎「M」或者「MG」的音。若是出現在字首時，*si*NG 的 NG 音是從鼻腔發出（振動出聲）。學習發此音的最簡單方式，就是一遍又一遍地大聲說出 SINGING，直到您可以去掉 SI 的音，並且獨自發出 NGING 的音為止。

NGH 發音如上一個的 NG 但是帶有輕微的送氣音，以及在結尾時帶有一點 Y 的音：NGY。請試著說出 *si*NGY。

NH 發音如 NY 類似 *o*NIO*n* 的 NIO。

P 發音如 *Peace* 的 P 僅使用在字尾。

PH 發音如 *PH*one 的 PH

Q/QU 北方的發音如 GW 或者 KW*anza* 的 KW，南方發音通常會省略「W」，發音如 *W*ow 的 W

R 發音如 *Run* 的 R 尤其是在南方發音的情況下。在北方發音中，您通常會聽見的是 ZR。但是，為了讓事情簡化，我們在本書中全部使用 R 的音來學習。

S 發音如 SHave 的 SH 雖然它經常發成「Save」的 S 音，尤其是在南方發音的情況下。我們在本書中大部分都是使用 SH 的音來學習。

T 發音如 DT 這個字母的發音有點微妙。我們把它寫成 DT 的音。您的舌頭輕輕頂在您的前排牙齒後方位置上，並且類似發出一個「T」的音——但是它其實是一個「D」的音。這裡並沒有送氣音，對於初學者而言，這個音聽起來就像是一個普通的「D」的音，像是 Dog 的 D。

TH 發音如 Texas 的 T 送氣音。

TR 北方的發音接近 TRain 的 TR，南方的發音則更接近 Jeans 的 J 或者 JR（如 JErsey）如同 Đ 的發音一般，將您的舌頭輕輕頂在您的上顎中央位置上，發音途中收回來。我們將此音寫成 T[J]r。

V 北方的發音如 Van 的 V，在南方發音的情況下，V 通常會發成如 Yes 的 Y 音請注意，Vietnam 這個字的發音就和它的書寫方式是一樣的：「Viet Nam」。有一些人會唸成「Viet-ta-Nam」，但這是不正確的。

X 發音如 Save 的 S 但是一般都會發成「SHave」的 SH 音，尤其是在南方發音中。為了讓讀者清晰明瞭，我們在本書中全部使用 S 的音來學習。

Y 發音如 Ewe 的 EY 的後面幾乎總是跟著一個母音（元音），而且發音主要取自這個母音（元音）；因此，Y 出現在字首時是不發音的。假使後面跟著的是字母 i，或者在極少數的情況下單獨出現的話，Y 會書寫成 EE，例如 bEE。

母音（元音）

A 發音如 *Apple* 的 A 在南方發音的情況下，有時候發的是 **AH** 的音，嘴唇輕微張開。

Ă 發音如 **AH** 張大嘴巴

Â 北方的發音如 *d*AY 的 AY，南方的發音如 *d*Uh 的 U

AI 發音如 **EYE**

ÂY 北方的發音如 *d*AY 的 AY，南方的發音如 AI，一如上述的 EYE

AO 發音如 *c*OW 的 OW 書寫成 **OW**。當您看見 *tow* 或 *low* 時，千萬不要感到困擾；它們全都是發相同的「*c*OW」的音。

AU 發音如 *c*OW 的 OW 和上述的母音一般，書寫成 **OW**。

ÂU 和上述的母音一般，發音如 **OW**

E 出現在字的中間或者字尾之時，發音如 EH？的 EH 出現在字首之時，它的發音比較接近 A*m* 的 A，尤其是在南方發音的情況下。因此，當它出現在字首時，我們會用 **A** 來表示，當它後面跟著一個名詞之時，我們用 **E** 來表示，出現在字尾之時，則是用 **EH** 來表示。

Ê 北方的發音如 *d*AY 的 AY 尤其是在字尾之時，但若出現在字的中間之時，經常會發成 *d*UH 的 UH 音或者 EH？的 EH 音。出現在字尾之時，我們將它寫成 **AY**，出現在字的中間之時，我們則寫成 **E**。

I 大多數的時候發音如 *b*EE 的 EE，類似 Y 出現在字尾之時（例如 *b*OY）出現在一個字的字首之時，書寫成 **EE**，出現在一個字的字尾且之前伴有母音的話，則書寫成 **Y**。若出現在一個字的中間的話，這個音會發成 **IH** 的音，如 It 的 I。

IE 發音如 *v*IEtnam 的 IE 雖然在南方發音的情況下，E 的音經常會在一

些使用 IE 的字中被省略掉。一般而言，我們將它寫成 IE，只是它的發音其實比較接近 EE。

IÊU 發音如 *nEW* 的 EW 比起 u 的音，EW 的音有稍微重一點的鼻音。

O 發音如 *clAW* 的 AW 但是，如果結合了其他的母音的話，這個音就會跟著轉換。例如說，在 OA 的情況下，O 比較接近於發出一個 W 的音。因此，OA 的發音比較接近是 WA(H) 的發音；但是書寫成 AW。

Ô 發音如 *bOat* 的 O 書寫成 OH。

ÔI 發音如 *bOY* 的 OY 書寫成 OY。

Ơ 發音如 *Up* 的 U 或者 UH 請注意右上方的小鉤；書寫成 UH。

U 發音如 *shOOt* 的 OO 書寫成 U。

UA 發音如 U + UH 書寫成 U-UH。

Ư 發音類似於 *cOUld* 的 OU 假使後面接的是 Ơ（ƯƠ），Ơ 不發音。請注意那個標示了 OU 發音的小鉤。也請不要將這個音和 OO 或者 OW 的音搞混。

ƯA 發音如 Ư + A 發音類似於 OU + UH，書寫成 OU-UH。

聲調

越南語中一共有五種聲調，但是，有一些字即使沒有標上聲調符號，它們依然有一種聲調，我們可以把它想成第六種聲調，它是一種比起穩定不變的正常音調稍微高一些的聲調。為了協助您有效掌握這些聲調，我們建議您與一位越南語母語的人一起閱讀本書。但是，假使您找不到這樣的人，或者您的越南伴侶沒有耐心陪您練習的話，您可以參考

以下的說明：

　　一聲（高短音）：稱為 *Dấu Sắc*（Z[Y]oh Shahk）（銳聲），是一種由低而高的上揚音調，如同英語中問句的結尾語調上揚一般。當您在練習此一聲調之時，請記得大幅抬高您的下巴。

　　二聲（中音）：稱為 *Dấu Huyền*（Z[Y]oh Hwen）（玄聲），是一種由高而低的下降音調。當您在練習此一聲調之時，記得慢慢地壓低您的下巴。

　　三聲（中短音）：稱為 *Dấu Hỏi*（Z[Y]oh Hawy）（問聲）。此一聲調先是如同二聲一般下降，接著如同一聲一般上揚。當您在練習此一聲調之時，請先壓低您的下巴，接著抬起您的下巴。

　　四聲（與問聲同音，但是低長音）：稱為 *Dấu Ngã*（Z[Y]oh Nga）（跌聲），類似三聲 *Dấu Hỏi*（問聲），但是音拉得比較長。當您在練習此一聲調之時，請先慢慢地將您的頭往下壓，再往上抬，接著再往下壓。

　　五聲（低重短促音）：稱為 *Dấu Nặng*（Z[Y]oh Nahng）（重聲），對於英語母語者而言，這個聲調通常是最難發出的一種聲調；它被稱為一種斷裂的聲調，是一種低沉、快速發出的聲調，先從中音急劇下降至低音，接著再緩緩上揚。當您在練習此一聲調之時，請記得大幅壓低您的下巴。

　　六聲（高平長音）（平聲）：沒有音調符號。當您在練習此一聲調之時，請記得使用比起一般聲調略高的音調發音，並且持續維持這樣的高音調。

　　當您在練習這些聲調之時，請上本書封面的 QR code，在這裡，您可以找到一些我們針對您的練習所準備的音訊檔案。當您在聆聽與重複

練習這些聲調之時，請一併參考以下的圖表。

	例一	例二	例三	例四	例五
無聲調（平聲）	Ma	Đôi	Thi	Da	Ca
一聲（銳聲）	Má	Đối	Thí	Dá	Cá
二聲（玄聲）	Mà	Đồi	Thì	Dà	Cà
三聲（問聲）	Mả	Đổi	Thỉ	Dả	Cả
四聲（跌聲）	Mã	Đỗi	Thĩ	Dã	Cã
五聲（重聲）	Mạ	Đội	Thị	Dạ	Cạ

感謝的話

我們要感謝 Điệp Lệ（Mợ hai）、Diệp Nguyễn 以及 Thuận Nguyễn，協助我們校訂和編輯本書的越南語內文。我們也要感謝我們在越南的親朋好友，他們無時無刻關心我們，展現無比的幽默風趣，並且始終為我們在行銷西貢與文化再學習的努力上，給予非常多的支持與肯定。

　　Linh 要感謝的是她的父母，他們即使在移居美國之後，依然在家裡跟她說越南語，並且鼓勵她與美國境內以及她的「母國」的越南人團體保持聯繫。Linh 的工作是擔任美國與越南兩方溝通與研究的顧問。

　　Sam 也要感謝他的父母與祖父母，讓他在中學以及大學的求學期間能夠到國外唸書。這些難得的求學經驗，激發了他在往後的十年間前往亞洲其他國家工作的動力，一開始他在日本大阪擔任 JET 計畫（The Japan Exchange and Teaching Programme）的越南語講師。2005 年，Sam 開始參與 AEA 計畫（Academic Experiences Abroad；AEAstudyabroad.com），此一計畫為超過全世界一百多個國家的大學、專業團體及家庭團體開發出高度客製化的教學研究計畫。

　　本書寫成之時，Sam 與 Linh 還住在西貢。本書的一部分收益捐助給 AEA 獎學金。現在，他們與兩個兒子 Dashiel 與 Max 一同居住在奧勒岡州的波特蘭。他們會在允許的情況下盡可能返回亞洲。若您想與 Sam 直接聯繫的話，請寫信至他的 EMAIL 信箱：Sam.Brier@gmail.com。

Content

第二部分　地標、亞洲等國家之詞彙

第一部分

關鍵字詞／措辭

1. 你好 *Chào* Ch[J]ow 🎧 1-1

　　越南語和英語不同，它沒有針對一天中不同的時刻使用不同問候語的用法，而且在每一次的問候語之後，越南人都會連帶說出對方的稱呼語。因此，稱呼語對於越南人而言是更具重要性的。關於此，請參閱第六節的部分。

> 你好，山姆。
> *Chào Sam.*
> Ch[J]ow Sam.

> 你好，朋友。
> *Chào bạn.*
> Ch[J]ow ban[g].

💬 這是對某位您不認識但年紀與您相仿的人說的話。

> 您好／再見。（禮貌客氣的用法）
> *Xin chào.*
> Seen ch[j]ow.

> 你好嗎？
> 對方的名字 *khỏe không?*
> 對方的名字 kweh kohng?

💬 字面上的意思是：你最近身體好嗎？

再見，Linh。

Chào Linh.

Ch[J]ow Linh.

待會見。

Hẹn gặp lại sau.

Hen gahp lai show.

2. 謝謝 *Cám ơn* Gam uhn 🎧 1-2

比起在西方國家，「謝謝」一詞在越南比較不常被使用，而且通常只使用在眞的需要感謝的地方，例如說，當某人特地向您伸出援手之時。但是，話說回來，您是一位遊客，使用當地的語言和當地人溝通，對您而言無疑是助益良多，因此，請盡可能把「謝謝」一詞掛在嘴邊。但是，別太期望您可以經常從越南人口中聽到這個詞。

謝謝。

Cám ơn.

Gam uhn.

感謝你，（弟弟／哥哥）。

Cám ơn (em/anh).

Gam uhn (am/anh).

💬 *em* 是一種稱呼語，當使用在比説話者年紀較輕的人身上時，這個詞是「你」的意思，但是，如果説話者本身是年紀較輕的一方的話，這個詞則代表了「我」的意思。在 *em* 的位置上，可以用另一種稱呼語來取代，例

如説 *anh*。*anh* 是使用來稱呼與您年紀相仿或者年紀稍微大一點的男性，或者如果男性説話者是同齡或者年紀稍微大一點的話，這個詞則是指「我」的意思。這將會是您在使用越南語時最常使用的兩個詞。請參閱第五節與第六節的部分。

不客氣 / 沒關係 / 不要緊。

Không sao.

Kohng show.

不要緊 / 沒關係 / 沒什麼大不了。

Không có chi.

Kohng gaw ch[j]ee.

不客氣 / 沒關係 / 不要緊。

Đừng khách sáo.

Doung kak show.

☼ 字面上的意思是：不要這麼客氣。

3. 對不起 / 抱歉 / 不好意思 *Xin lỗi* **Seen loy** 🎧1-3

對不起 / 抱歉 / 不好意思（在碰撞到某人之後，或者要吸引某人的注意力）。

Xin lỗi.

Seen loy.

☼ 在南方方言的情況下，*x* 通常聽起來像是「sh」的音，但是，在北方方言的情況下，*x* 會比較清楚地發成「s」的音。

抱歉／不好意思，可以讓（借）我過一下嗎？

Xin lỗi, cho tôi đi qua.

Seen loy, ch[j]aw dtoy dee gwa.

抱歉／不好意思，我不懂／我不明白（你的意思）。

Xin lỗi, tôi không hiểu.

Seen loy, dtoy kohng hyew.

抱歉／不好意思，你有一隻筆（可以借我）嗎？

Xin lỗi, anh có bút mực không?

Seen loy, ahn gaw but mouk kohng?

☼ anh 使用來稱呼與您同齡或者稍微年長一點的男性。

抱歉／不好意思，可以請你（對方的稱呼語）再說一次嗎？

Xin lỗi, 對方的稱呼語 lặp lại giùm.

Seen loy, 對方的稱呼語 lahp lai z[y]um.

☼ 這裡有另一種表達「抱歉／不好意思」的用語，可以使用在當您試圖獲得餐廳侍者或者服務生的注意力之時。假使對方是一位與您年紀相仿或者稍微年長一些的男性，您可以說「*Anh ơi* [Ahn uhy]」（阿兄），假使對方是一位年紀比您輕的男性或者女性的話，您可以說「*Em ơi* [Am uhy]」（阿弟／阿妹）。

4. 請 *Giùm/Làm ơn* Z[Y]um/Lam uhn 🎧 1-4

在越南語中，*giùm* 從來不會被單獨使用，但它始終是以下述這些片語的形式出現。

請說慢一點。

Nói chậm giùm.

Nawy ch[j]uhm z[y]um.

可以請你（對方的稱呼語）幫我嗎？

對方的稱呼語 *làm ơn giúp giùm tôi.*

對方的稱呼語 lam uhn z[y]up z[y]um dtoy.

💡 字面上的意思是：請幫助我。

請等一下。

Xin đợi giùm một chút.

Seen duhy z[y]um moht ch[j]ut.

💡 比起使用 *giùm*，*đợi một chút*（字面上的意思是：等一下）是比較口語、通俗的用法。

請等一下。

Xin chờ một chút.

Seen ch[j]uh moht ch[j]ut.

💡 在此一例句中，*xin* 是用來表示「請」的意思。

請繼續。

Xin tiếp tục.

Seen dteep dtup.

請停止。

Xin ngừng lại.

Seen ngoung lai.

阿兄／阿弟／阿妹（對侍者的稱呼），請給我帳單。

Anh/Em ơi, xin cho tôi hóa đơn giùm.

Ahn/Am uhy, seen ch[j]aw dtoy hwah duhn z[y]um.

🗨 這是一種很有禮貌的説法。

阿兄／阿弟／阿妹（對侍者的稱呼），請結帳。

Anh/Em ơi, tính tiền giùm.

Ahn/Am uhy, dtihn dteen z[y]um.

🗨 這是一種比較口語、通俗的説法，常見於南方方言中。

請進。

Xin mời vào.

Seen vow.

5. 我 *Tôi* Dtoy 🎧1-5

　　越南語中有許多表達「我」的形式，但是說話者必須在每一次的說話情境中衡量自己在社會階層中所處的等級位階，來選擇一種正確的表

達形式（考慮到年紀、社會地位等等），但是，幸運的是，*tôi* 是幾乎任
何一個人在幾乎任何一種情況下都可以正確無誤地使用的一個詞。務必謹
記的是，雖然您可能循規蹈矩地使用這一個詞，但是您的說話對象也許選
擇使用的是另一種表達形式，您可以在第六節的部分找到詳細的說明。如
果您的說話對象是友人的話，您可以使用您的名字來取代 *tôi* 的使用。

我是美國人。

Tôi là người Mỹ.

Dtoy la ngouy Mee.

我來這裡度假。

Tôi đang nghỉ lễ.

Dtoy dang ngyee lay.

我來這裡談生意。

Tôi đến đây làm việc.

Dtoy den [duhn] day [dai] lam viek.

我獨自一人旅行。

Tôi đi du lịch một mình.

Dtoy dee z[y]u liht moht mihn.

我知道。

Tôi biết.

Dtoy biek.

最後的「t」音通常聽起來想是一個輕微的「k」音，尤其是在南方方言的
情況下。

我不知道。

Tôi không biết.

Dtoy kohng biek.

我要一杯咖啡。

Cho tôi một ly cà phê.

Ch[J]aw dtoy moht lee ga fay.

☼ 字面上的意思是：給我一杯咖啡。

6. 你　*Em, Anh Chị*　Am, Ahn, Ch[j]ee 🎧 1-6

　　為了讓事情簡化，我們在本書中幾乎全部使用 *anh* 或 *em* 來指涉「你」，但是，在必要的情況下，您必須自行選擇一個正確的稱呼語來取代這兩個詞。在選擇稱呼語的時候，相對的年齡與性別是非常重要的選擇因素。基本的規則如下：

最年輕的到最年長的男性：*Em*（弟弟）→ *Anh*（哥哥）→ *Chú*（叔叔）→ *Bác*（伯伯）→ *Ông*（爺爺／老先生／先生）

最年輕的到最年長的女性：*Em*（妹妹）→ *Chị*（姊姊）→ *Cô*（阿姨／小姐）→ *Bác*（伯母）→ *Bà*（奶奶／老太太／女士）

你好，弟弟／妹妹（在北方方言的情況下，說話對象是一位年紀非常輕的人，在南方方言的情況下，一般而言，說話對象是稍微年輕一點的人）。

Chào em.

Ch[J]ow am.

你好，哥哥（說話對象是差不多同年紀或者稍微年長一些的男性）。

Chào anh

Ch[J]ow ahn.

你好，姊姊（說話對象是差不多同年紀或者稍微年長一些的女性）。

Chào chị.

Ch[J]ow ch[j]ee.

您好，阿姨／小姐（在北方方言的情況下，說話對象是幾乎所有的女性，在南方方言的情況下，說話對象則是稍微年長一些的女性）。

Chào cô.

Ch[J]ow goh.

您好，叔叔（在北方方言的情況下，說話對象是幾乎所有的男性，在南方方言的情況下，說話對象則是稍微年長一些的男性）。

Chào chú.

Ch[J]ow ch[j]u.

☼ 所有這些詞都可以被使用來表示「我」的意思。如果您和您的說話對象是比較親近的關係，您可以使用您的名字來代替這些詞。倘若是用來稱呼其他人的話，這些詞是放在您的說話對象的姓名或者稱呼語之前（如果您知道對方的姓名或者稱呼語的話），或者如果您不知道對方的姓名或者稱呼語的話，請單獨使用這些詞。

每一個人／大家／人人／……們（複數）

Mọi người.

Mawy ngouy.

☼ 這個詞也意味著「每一個人」。此外，*các* 可以拿來和一個稱呼語相結合，
例如 *anh* 或 *chị*，來稱呼一定年紀或者性別的每一個人。

你（對方的稱呼語）從哪裡來？

對方的稱呼語 *từ đâu đến?*

對方的稱呼語 dtou dow den [duhn]?

你（對方的稱呼語）是美國人嗎？

對方的稱呼語 *là người Mỹ phải không?*

對方的稱呼語 la ngouy Mee fai kohng?

☼ 字面上的意思是：你是美國人，不是嗎？

你（對方的稱呼語）結婚了嗎？

對方的稱呼語 *có gia đình chưa?*

對方的稱呼語 gaw z[y]a dihn ch[j]ou-uh?

你（對方的稱呼語）說英語嗎？

對方的稱呼語 *nói tiếng Anh được không?*

對方的稱呼語 nawy dteeng Ahn douk kohng?

7. 問號（？）*Không?* **kohng** 🎧 1-7

　　越南人並不使用音調的抑揚變化來提問問題，而是使用哪裡、何時、以及爲什麼等疑問詞。然而，如果一個句子裡都沒有這些詞的話，我們會在句尾加上一個 *không?* 的詞。同樣的詞也會被使用在否定句的表達上，我們將於以下第八節的部分詳細解釋。

好嗎？／可以嗎？
Được không?
Douk kohng?

對嗎？
Phải không?
Fai kohng?

你有賣瓶裝水嗎？
Có bán nước suối không?
Gaw ban[g] nouk shuy kohng?

（哥哥）你／（小姐）妳／（弟弟）你想去西貢嗎？
Anh/Cô/Em muốn đi Saigon không?
Ahn/Goh/Am mun dee Saigon kohng?

☼ *thăm*（**tahm**）是「拜訪」的意思，或許可以在此一例句中使用來取代 *đi* 的位置。

（哥哥）你／（小姐）妳／（弟弟）你說越南語／英語嗎？

Anh/Cô/Em nói tiếng Việt/Anh được không?

Ahn/Goh/Am nawy dteeng Viet/Ahn douk kohng?

8. 不／否定句　*Không* Kohng 🎧1-8

　　越南語中，*không* 很少被單獨使用。它比較常被使用來造出否定句。如果已經知道主詞是誰／什麼的話，便不需要將主詞陳述出來。

不。

Không.

Kohng.

我沒有（這個、一個等等）。

Không có.

Kohng gaw.

☼ 在此一例句中，受詞是已知的，因此不需要陳述出來。

我不想要（這個、一個等等）。

Không muốn.

Kohng mun.

☼ 在此一例句中，受詞是已知的，因此不需要陳述出來。

我不懂 / 我不了解。

Không hiểu.

Kohng hyew.

我不會去。

Tôi sẽ không đi.

Dtoy sheh kohng dee.

☼ *sẽ* 是代表未來時態的意思，但如果脈絡是已知的話，一般而言可以被省略掉。

那不對 / 那不正確。

Không phải.

Kohng fai.

那不好 / 那不OK。

Không được.

Kohng douk.

沒問題 / 別在意。

Không sao.

Kohng show.

沒問題 / 沒什麼。

Không có chi.

Kohng gaw ch[j]ee.

不用了，謝謝你。

Dạ không.

Z[Y]a kohng.

☺ 禮貌的形式，使用在對某位比您年長的人説話之時。

（不用了）謝謝你，我不餓。

Cám ơn, nhưng tôi không đói.

Gam uhn, nyoung dtoy kohng dawy.

不用了，謝謝。

Thôi, cám ơn.

Toy, gam uhn.

不要！

Đừng!

Doung!

不要走。

Đừng đi.

Doung dee.

9. 是的 *Dạ* Z[Y]a 🎧 1-9

是的。
Dạ.
Z[Y]a.

是的，沒錯。
Dạ, đúng rồi.
Z[Y]a, dung roy.

是的，我可以。
Dạ, được.
Z[Y]a, douk.

是的，我想要一點。
Dạ, tôi muốn một ít.
Z[Y]a, dtoy mun moht iht.

是的，我會說英語。
Dạ, tôi nói được tiếng Anh.
Z[Y]a, dtoy nawy douk dteeng Ahn.

是的，我知道。
Dạ, tôi biết.
Z[Y]a, dtoy biek.

💡 一般回答「是的」的方式，是使用對方的問句裡使用的動詞。例如說，如果對方的問句使用的是 *có*（請參閱第二十二節的部分）這個動詞，來詢問

您是否擁有或者做了某些事情的話，*có* 這個動詞經常會被使用來代替「是的」的回答。

10. 給／讓／我要　*Cho* Ch[J]aw 🎧 1-10

從字面上的意思翻譯的話，*cho* 這個詞在西方人的耳朵裡，有時候聽起來或許有些粗野、不禮貌。您可以在句首加上 *làm* 這個詞，或者在句尾加上 *giùm*（z[y]um）這個詞，來軟化這樣的印象。

給我一杯熱的甜牛奶咖啡。

Cho tôi cà phê sữa nóng.

Ch[J]aw dtoy ga fay shou-uh nawng.

給我（我要）一塊不加辣椒的麵包。

Cho tôi một ổ bánh mì không ớt.

Ch[J]aw dtoy moht oh bahn mee kohng uht.

給我（我要）兩張到大叻的機票。

Cho tôi hai vé máy bay đi Đà Lạt.

Ch[J]aw dtoy hai veh mai bai dee Da Lat.

請讓我看一下那件襯衫。

Xin cho tôi xem cái áo đó.

Seen ch[j]aw dtoy sem gai ow daw.

請把那個東西拿給我。

Làm ơn, cho tôi, cái đó.

Lam uhn, ch[j]aw dtoy gai daw.

11. 水 *Nước* Nouk 🎧 1-11

冷水
Nước lạnh
Nouk lahn

瓶裝水
Nước suối
Nouk shuy

請給我一瓶水。
Làm ơn cho tôi nước suối.
Lam uhn ch[j]aw dtoy nouk shuy.

純水（過濾水）
Nước lọc
Nouk lawk[p]

☆ 尤其是在南方方言中，最後的「K」音聽起來會像是輕微的「P」音。

請給我一杯冷水。
Xin cho tôi một ly nước lạnh.
Seen ch[j]aw dtoy moht lee nouk lahn.

☆ 在此一例句中，您可以使用其他的數字（請參閱第十六節的部分）來取代
「一杯冷水」的「一」。

別擔心！在越南的大城市裡，餐廳與咖啡館所提供的茶水，不管有沒有
加冰塊，都是已經淨化或過濾過的。如果您不想加冰塊的話，您可以說
「*Không đá*（Kohng da）」「不要冰塊」。

12. OK／好／可以 *Được* Douk 🎧 1-12

好／OK／可以。
Được.
Douk.

好嗎／OK嗎／可以嗎？
Được không?
Douk kohng?

不好／不可以。
Không được.
Kohng douk.

你會說英語／越南語嗎？
Anh nói tiếng Anh/Việt được không?
Ahn nawy dteeng Anh/Viet douk kohng?

我會說英語／越南語。
Tôi nói được tiếng Anh/Việt.
Dtoy nawy douk dteeng Anh/Viet.

我可以坐在這裡嗎？
Tôi ngồi đây được không?
Dtoy ngoy day [dai] douk kohng?

💡 字面上的意思是：我坐在這裡，可以嗎？

13. 哪裡？ *Đâu* **Dow** 1-13

廁所在哪裡？

Phòng vệ sinh ở đâu?

Phawng vay shihn uh dow?

我的手提包在哪裡？

Túi của tôi ở đâu?

Dtuy gu-uh dtoy uh dow?

我的護照在哪裡？

Hộ chiếu của tôi ở đâu?

Hoh ch[j]ew gu-uh dtoy uh dow?

我的房間在哪裡？

Phòng của tôi ở đâu?

Fawng gu-uh dtoy uh dow?

火車站在哪裡？

Nhà ga ở đâu?

Nya ga uh dow?

你住在哪裡？

Anh ở đâu?

Ahn uh dow?

☜ 這句子同時也意味著「你在哪裡？」。正確的意思必須根據脈絡來推論。

你從哪裡來？

Anh từ đâu đến?

Ahn dtou dow den [duhn]?

阮氏明開街在哪裡？

Đường Nguyễn Thị Minh Khai ở đâu?

Doung Ngwen Tee Mihn Kai uh dow?

☺ 越南的許多街道都是根據有名的人物來命名，其中也包括巴斯德（Pasteur）街。阮氏明開是越南著名的革命家。

14. 多少？　*Bao nhiêu?*　Bow nyew?　🎧 1-14

這個／那個多少錢？

Cái này/đó bao nhiêu?

Gai nai/daw bow nyew?

這本書／這件襯衫多少錢？

Quyển sách/Cái áo này bao nhiêu?

Gwen shak/Gai ow nai bow nyew?

你多少歲？

Anh bao nhiêu tuổi rồi?

Ahn bow nyew dtuy roy?

他多少歲？

Anh ấy bao nhiêu tuổi?

Ahn ai bow nyew dtuy?

這個（房子）租金多少錢？

Nhà cho thuê bao nhiêu?

Nya ch[j]aw tway bow nyew?

15. 有多少？ *Có bao nhiêu?* Gaw bow nyew? 1-15

有多少人？

Có bao nhiêu người?

Gaw bow nyew ngouy?

☀ 這是當您進入一家餐廳時侍者會詢問您的話。

朋友，你需要／有多少錢？

Bạn cần/có bao nhiêu?

Ban[g] guhn/gaw bow nyew?

多少天／晚？

Bao nhiêu ngày/đêm?

Bow nyew ngai/dem?

朋友，你可以吃／喝多少？

Bạn có thể ăn/uống bao nhiêu?

Ban[g] gaw tay ahn[g]/ung bow nyew?

朋友，你要買多少？

Bạn muốn mua bao nhiêu?

Ban[g] mun mu-uh bow nyew?

多少次？

Bao nhiêu lần?

Bow nyew luhn[g]?

朋友，你有多少個兄弟／姊妹？

Bạn có bao nhiêu anh/chị em?

Ban[g] gaw bow nyew ahn/ch[j]ee am?

多少公里？

Bao nhiêu kí lô mét?

Bow nyew gee-loh-met?

16. 數字　*Số*　Shoh 🎧 1-16

1	*Một*	moht
2	*Hai*	hai
3	*Ba*	ba
4	*Bốn*	bohn
5	*Năm*	nahm
6	*Sáu*	show

7	*Bảy*	bai
8	*Tám*	dtam
9	*Chín*	ch[j]een
10	*Mười*	mouy
11	*Mười một*	mouy moht
12	*Mười hai*	mouy hai
13	*Mười ba*	mouy ba
14	*Mười bốn*	mouy bohn
15	*Mười lăm*	mouy lahm
16	*Mười sáu*	mouy show
17	*Mười bảy*	mouy bai
18	*Mười tám*	mouy dtam
19	*Mười chín*	mouy ch[j]een
20	*Hai mươi*	hai mouy
21	*Hai mươi mốt*	hai mouy moht
30	*Ba mươi*	ba mouy
40	*Bốn mươi*	bohn mouy
50	*Năm mươi*	nahm mouy
60	*Sáu mươi*	show mouy
70	*Bảy mươi*	bai mouy

80	*Tám mươi*	dtam mouy
90	*Chín mươi*	ch[j]een mouy
100	*Một trăm*	moht t[j]rahm
101	*Một trăm lẻ/linh một*	moht t[j]rahm leh/lihn moht
110	*Một trăm mười*	moht t[j]rahm mouy
115	*Một trăm mười lăm*	moht t[j]rahm mouy lahm
200	*Hai trăm*	hai t[j]rahm
500	*Năm trăm*	nahm t[j]rahm
1,000	*Một nghìn [ngàn]*	moht ngyeen [ngan]
5,000	*Năm nghìn [ngàn]*	nahm ngyeen [ngan]
10,000	*Mười nghìn [ngàn]*	mouy ngyeen [ngan]
50,000	*Năm mươi nghìn [ngàn]*	nahm mouy ngyeen [ngan]
100,000	*Một trăm nghìn [ngàn]*	moht t[j]rahm ngyeen [ngan]
500,000	*Năm trăm nghìn [ngàn]*	nahm t[j]rahm ngyeen [ngan]
1,000,000	*Một triệu*	moht t[j]ryew
5,000,000	*Năm triệu*	nahm t[j]ryew
10,000,000	*Mười triệu*	mouy t[j]ryew

☼ 關於越南的貨幣

　越南的貨幣：越南盾 *Đồng* **Dohng**

在提到錢的時候，一般會將 *nghìn [ngàn]*（千），即最後的三個 0，以及貨幣名稱 *Đồng*（盾）省略掉。

在南方方言中，一種常見的計算數萬以上（兩萬以上開始）數值的方式，是使用 *chục*（jut）（十）。例如說，20,000 是 *hai chục*；30,000 是 *ba chục*，以此類推。

17. 國家 *Nước* Nouk 🎧 1-17

nước 一詞通常是置放在一個國家的名稱之前。但是，這個詞本身的意思是「水」。

你（對方的稱呼語）來自哪個國家？
對方的稱呼語 *từ nước nào đến?*
對方的稱呼語 dtou nouk now den [duhn]?

另一種詢問的方式：

你（對方的稱呼語）的國籍是什麼？
Quốc tịch 對方的稱呼語 *là gì?*
Gwok dtihk 對方的稱呼語 la z[y]ee?

我來自美國。
Tôi từ Mỹ đến.
Dtoy dtou Mee den [duhn].

我住在越南。
Tôi ở Việt Nam.
Dtoy uh Vietnam.

加拿大
Canada
Ga-na-da

英國
Nước Anh
Nouk Ahn

澳洲
Ôx-trây-li-a/Úc
Os-trai-lee-ah/Uk

紐西蘭
Niu Di-lân
Nyew-zee-lahn

法國
Pháp
Fap

18. 說 *Nói* **Nawy** 1-18

你會說英語／越南語嗎？

Anh nói tiếng Anh/Việt được không?

Ahn nawy dteeng Ahn/Viet douk kohng?

我不會說英語／越南語。

Tôi nói tiếng Anh/Việt không được.

Dtoy nawy dteeng Ahn/Viet kohng douk.

我會說一點越南語。

Tôi nói tiếng Việt được một chút.

Dtoy nawy dteeng Viet douk moht ch[j]ut.

這個（越南語）怎麼說？

Cái này (trong tiếng Việt) nói thế nào?

Gai nai (t[j]rawng dteeng Viet) nawy tay now?

你剛剛說什麼？

Anh nói gì?

Ahn nawy z[y]ee?

她／他剛剛說什麼？

Cô/Anh ấy nói gì vậy?

Goh/Ahn ai nawy z[y]ee v[y]ay?

她／他在説什麼？

Cô/Anh ta nói gì?

Goh/Ahn dta nawy z[y]ee?

請説慢一點。

Anh nói chậm giùm.

Ahn nawy ch[j]uhm z[y]um.

請再説一次。

Anh nói lại giùm.

Ahn nawy lai z[y]um.

另一種表達方式是：

請再重複一次。

Anh lặp lại giùm.

Ahn lahp lai z[y]um.

19. 了解／明白／懂 *Hiểu* Hyew 🎧 1-19

你了解／明白／懂嗎？

Em hiểu không?

Am hyew kohng?

（我）了解／明白／懂。

(Tôi) hiểu.

(Dtoy) hyew.

☆ 如果主詞是已知的話，一般而言會被省略掉。

我了解／明白／懂一點。

Tôi hiểu một chút.

Dtoy hyew moht ch[j]ut.

我不了解／明白／懂。

Tôi không hiểu.

Dtoy kohng hyew.

我不了解／明白／懂你／妳的意思。

Tôi không hiểu ý anh/cô.

Dtoy kohng hyew ee ahn/goh.

（我）已經了解／明白／懂了。

(Tôi) hiểu rồi.

(Dtoy) hyew roy.

20. 我的　*Của tôi*　Gu-uh dtoy　1-20

這是我的。

Cái đó của tôi.

Gai daw gu-uh gtoy.

我想這是我的位子。

Tôi nghĩ đây là ghế của tôi.

Dtoy ngyee day [dai] la gay gu-uh dtoy.

這是我的朋友。

Đây là bạn của tôi.

Day [Dai] la ban[g] gu-uh dtoy.

我的名字是Linh。

Tôi tên là Linh.

Dtoy dten la Lihn.

我的電話號碼是＿＿＿＿＿＿＿＿＿＿＿。

Số điện thoại của tôi là ＿＿＿＿＿＿＿＿＿.

Shoh dien twai gu-uh dtoy la ＿＿＿＿＿＿＿＿＿.

💡 關於數字的說法，請參閱第十六節的部分。

我的住址是二徵夫人街123號。

Địa chỉ của tôi là 123 Hai Bà Trưng.

Dee-uh ch[j]ee gu-uh dtoy la moht hai ba Hai Ba T[J]roung.

21. 她／他 *Em, Anh, Chị* + *Ấy* Am, Ahn, Ch[j]ee + ai 🎧 1-21

一般而言，在越南語中，男性的階級順序是根據相對於自己的年齡大小來劃分，其中分別是：*em*（弟弟）、*anh*（哥哥）、*chú*（叔叔）、*bác*（伯伯）、*ông*（爺爺／老先生）。而女性的階級順序是：*em*（妹

妹）、*chị*（姊姊）、*cô*（阿姨／小姐）、*bác*（伯母）、*bà*（奶奶／老太太）。請參閱第六節的註解部分。

她／他（指稱對象比自己的年紀小）

Em ấy

Am ai

她／他是誰？（指稱對象比說話者的年紀小）

Em ấy là ai?

Am ai la ai?

她／他是我的朋友。（指稱對話比說話者的年紀小）

Em ấy là bạn của tôi.

Am ai la ban[g] gu-uh dtoy.

☆ 假使她／他在對話中被提及的話，可能會使用到她／他的名字或稱呼語，端賴於她／他與說話者的親近關係與年紀。

他（年紀相仿，或者比自己的年紀稍微大一點）

Anh ấy

Ahn ai

他是主人／老闆。

Anh ấy là chủ.

Ahn ai la ngouy ch[j]u.

他是我的丈夫。

Anh ấy là chồng của tôi.

Ahn ai la ch[j]ohng gu-uh dtoy.

☼ 無論丈夫的年紀多大——無論是比妻子的年紀大或是年紀小——，都要用 *anh* 來稱呼他。

她（說話對象與自己的年紀相仿，或者比自己稍微年長一些）

Chị ấy

Ch[J]ee ai

她是我的妻子。

Chị ấy là vợ của tôi.

Ch[J]ee ai la v[y]uh gu-uh dtoy.

他（說話對象與自己年紀相仿，或者在北方方言的情況下，說話對象比自己稍微年長一些，或者在南方方言的情況下，說話對象比自己年長許多）

Ông ấy

Ohng ai

她（說話對象與自己年紀相仿，或者在北方方言的情況下，說話對象比自己稍微年長一些，或者在南方方言的情況下，說話對象比自己年長許多）

Bà ấy

Ba ai

他／她是越南人嗎？

Ông/Bà ấy là người Việt hả?

Ohng/Ba ai dta la ngouy Viet ha?

他／她應該是越南人吧？

Phải ông/bà ấy là người Việt không?

Fai ohng/ba ai dta la ngouy Viet kohng?

那是我的老師。

Đó là cô giáo của tôi.

Daw la goh z[y]ow gu-uh dtoy.

22. 有 *Có* Gaw 🎧 1-22

我有（這個、一個等等）。

Tôi có.

Dtoy gaw.

如果前面的問句使用的是 *có* 這個動詞，來詢問您是否擁有某種事物或者做了某種事情的話，回答時也經常會使用 *có* 來表示「是」的意思。

我沒有（這個、一個等等）。

Tôi không có.

Dtoy kohng gaw.

你有零錢嗎？

Anh có tiền lẻ không?

Ahn gaw dteen leh kohng?

你有摩托車嗎？

Anh có xe máy không?

Ahn gaw seh moh-dtoh kohng?

我頭痛。

Tôi bị nhức đầu.

Dtoy bee nyouk dow.

我沒有（很多）錢。

Tôi không có (nhiều) tiền.

Dtoy kohng gaw (nyew) dteen.

☼ 這是一個在殺價時很好用的表達方式。

我沒有錢。

Tôi không có tiền.

Dtoy kohng gaw dteen.

我沒有時間。

Anh/Em không có rảnh.

Ahn/Am kohng gaw rahn.

我只有20塊美金。

Tôi chỉ có hai mươi đô (la).

Dtoy ch[j]ee gaw hai mouy doh (la).

23. 去／走 *Đi* **Dee** 🎧 1-23

我去／走。

Tôi đi.

Dtoy dee.

我去市場。

Tôi đi chợ.

Dtoy dee ch[j]uh.

我去河內。

Tôi đi Hà Nội.

Dtoy dee Ha Noy.

我們走吧。

Chúng ta đi.

Ch[J]ung dta dee.

我不去。

Tôi không đi.

Dtoy kohng dee.

你（會）去嗎？

Anh (sẽ) đi không?

Ahn (sheh) dee kohng?

我會（不會）去。

Tôi sẽ (không) đi.

Dtoy sheh (kohng) dee.

☼ sẽ 代表的是未來式，但是，一般而言，如果脈絡已經很清楚的話，這個字通常會被省略掉。

我去過。

Tôi đã đi.

Dtoy da dee.

☼ đã 代表的是過去式，但是，一般而言，如果脈絡已經很清楚的話，這個字通常會被省略掉。

我沒去過。

Tôi (đã) không đi.

Dtoy (da) kohng dee.

我要如何去沙壩？

Đi Sapa bằng cách nào?

Dee Sapa bahng gak now?

我們出去（玩）吧。

Chúng mình/Chúng ta đi chơi.

Ch[J]ung mihn/Ch[J]ung dta dee ch[j]uhy.

☼ 這是一種非常常見的表達方式，意思也可以是「我們正要出去」。*chúng mình/chúng ta* 的意思是「我們」，可以選擇使用或不使用。

我們正要出去／出門（做一些事情）。

Đi ra ngoài.

Dee ra ngwai.

我們正要出去／出門吃晚餐。

Đi ăn tối.

Dee ahn[g] dtoy.

你想去哪裡？

Anh muốn đi đâu?

Ahn mun dee dow?

（你）要去哪裡？

(Anh) đi đâu?

(Ahn) dee dow?

我想要……

Tôi muốn...

Dtoy mun…

……去搭火車。

...đi xe lửa.

…dee seh lou-uh.

……去散步。

...đi bộ.

…dee boh.

……去上班／工作。

...đi làm.

…dee lam.

……去沙壩。

...đi Sa Pa.

…dee Sa Pa.

……去睡覺。

...đi ngủ.

…dee ngu.

吃吧。

Ăn đi.

Ahn[g] dee.

💡 如果一個動詞後面跟著 *đi* 的話，這個動詞就會轉換成一種命令的意思。它可能不是意味著「你最好做某件事」，就是意味著「去做某件事」。說話的音調會傳達出精鍊的程度。

24. 還沒 *Chưa* Ch[J]ou-uh 1-24

（你）吃（飯／飽）了嗎？
(Anh) ăn chưa?
(Ahn) ahn[g] ch[j]ou-uh.

💡 這是一種常見的打招呼或者緩和緊張氣氛的用語。

還沒。
Chưa.
Ch[J]ou-uh.

你結婚了嗎？
Anh có gia đình chưa?
Ahn gaw z[y]a dihn ch[j]ou-uh?

你有小孩嗎？
Anh có con chưa?
Ahn gaw gawn ch[j]ou-uh?

你去過芽莊嗎？
Anh đi Nha Trang chưa?
Ahn dee Nya Trang ch[j]ou-uh?

你（吃）飽了嗎？
Anh (ăn) no chưa?
Ahn (ahn[g]) naw ch[j]ou-uh?

25. 已經（過去式標記）*Rồi* Roy 🎧 1-25

（我）已經吃過了。

(Tôi) ăn rồi.

(Dtoy) ahn[g] roy.

我已經結婚了。

Tôi có gia đình rồi.

Dtoy gaw z[y]a dihn roy.

☼ 字面上的意思是：我已經有家庭了。

我已經去過那裡了。

Tôi đến đó rồi.

Dtoy den [duhn] daw roy.

我已經有這個東西／那個東西了。

Tôi có nó/cái đó rồi.

Dtoy gaw naw/gai daw roy.

☼ *nó* 指的是「這個東西」，*cái đó* 指的是「那個東西」。

我已經叫計程車了。

Tôi gọi xe tắc xi rồi.

Dtoy gawy seh dtak-see roy.

我已經點（餐）了。

Tôi gọi thức ăn rồi.

Dtoy gawy touk ahn[g] roy.

吃（完）飯之後，我會讀書。

Sau khi ăn (xong) rồi, tôi sẽ học bài.

Show kee ahn[g] (sawng) roy, dtoy sheh hawp bai.

💡 有些人會在詢問他們某些事情是否已經發生的問題之後，回答 *rồi*。換句話說，回應「你去商店買東西了嗎？」的問題所使用的「我已經去過了」的答覆，可以用「*rồi*」一個詞來做總結即可。

26. 什麼？ *Gì* Z[Y]ee 🎧 1-26

這是什麼？

Cái này là gì?

Gai nai la z[y]ee?

那是什麼？

Đó là gì?

Daw la z[y]ee?

你有沒有推薦什麼菜？

Anh đề nghị món ăn nào?

Ahn day ngyee mawn ahn[g] now?

你有沒有推薦什麼喝的？

Anh đề nghị thức uống nào?

Ahn day ngyee touk ung now?

你的意思是什麼？

Ý anh muốn nói gì?

Ee ahn mun nawy z[y]ee?

這個意思是什麼／這是什麼意思？

Đó ý là gì?

Daw ee la z[y]ee?

沒什麼／沒關係／別在意。

Không có gì.

Kohng gaw z[y]ee.

哥哥／小姐，你／妳叫什麼名字？

Anh/Cô tên (là) gì?

Ahn/Goh dten (la) z[y]ee?

☺ anh 是使用在與您年紀相仿或者稍微年長一些的男性身上的用詞，*cô* 是使用在與您年紀相仿或者稍微年長一些的女性身上的用詞。在南方方言的情況下，*cô* 是使用在比您年長許多的女性身上的用詞。

哥哥／小姐，你／妳說什麼？

Anh/Cô nói gì?

Ahn/Goh nawy z[y]ee?

另一種表達方式是：

哥哥 / 小姐，你 / 妳說什麼？

Anh/Cô nói sao?

Ahn/Goh nawy show?

你在吃什麼？

Anh ăn gì đó?

Ahn ahn[g] z[y]ee daw?

你在看什麼？

Anh (đang) xem gì đó?

Ahn (dang) sem z[y]ee daw?

☺ đang 是一個文法上的用詞，表示現在進行式，但是，因為時態通常都是根據脈絡來理解判定，因此此一用詞經常會被省略。

哥哥 / 小姐，你 / 妳來自哪個（什麼）國家？

Anh/Cô từ nước nào đến?

Ahn/Goh dtou nouk now den [duhn]?

現在幾點（什麼時間）？

Bây giờ là mấy giờ?

Bay z[y]uh la may z[y]uh?

☺ 最後兩個例句是使用「哪個？」（*nào*）和「幾？」（*mấy*）的疑問詞，來詢問「什麼？」的問題。

27. 名字　*Tên*　**Dten**　🎧 1-27

我的名字是⋯⋯

Tôi tên là...

Dtoy dten la⋯

弟弟／妹妹，你／妳叫什麼名字？

Em tên là gì?

Am dten la z[y]ee?

💡 *em* 是對比較年輕的男性或者女性使用的詞。

老先生／爺爺，您叫什麼名字？

Ông tên là gì?

Ohng dten la z[y]ee?

💡 *ông* 是另一種稱呼男性的方式。*Đàn ông* 的意思是「男人／男性」。

老太太／奶奶，您叫什麼名字？

Bà tên là gì?

Ba dten la z[y]ee?

💡 在北方方言的情況下，*bà* 是對一位與您年紀相仿或者年紀比較大的女性說話的稱呼語，在南方方言的情況下，則是對一位年紀比較大的女性說話的稱呼語。

他（那位老爺爺）叫什麼名字？

Ông ấy tên là gì?

Ohng ai dten la z[y]ee?

她（那位老奶奶）叫什麼名字？

Bà ấy tên là gì?

Ba ai dten la z[y]ee?

他／她（那位弟弟／妹妹）叫什麼名字？

Em ấy tên là gì?

Am ai dten la z[y]ee?

☼ 這是用來詢問一位年紀比較小的人的問句。只要問句中提到的人是比較年少的人，無論哪一種性別，都可以使用 *em* 來指稱。

（你叫）什麼名字？

Tên gì?

Dten z[y]ee?

☼ 如果被詢問的這個人在脈絡中已經很清楚的話，句中的代名詞往往會被省略掉。在這樣的情況下，*là*（「是」的意思）也會同時被省略掉，讓句子顯得更精簡。

這個地方的名字是什麼？

Ở đây gọi là gì?

Uh day [dai] gawy la z[y]ee?

☼ 字面上的意思是：這個地方叫什麼？

這家餐廳的名字是什麼？

Tên của nhà hàng này là gì?

Dten gu-uh nya hang nai la z[y]ee?

你的名字怎麼拼？

Làm sao đánh vần tên anh?

Lam show dahn vuhn dten ahn?

越南人的姓名

越南人首先寫他們的姓，接著寫他們的中間名，最後才寫他們的名：例如說，Đoàn Thiên Thanh。Đoàn 是越南人的姓，相當於中文的「段」。Thanh 是名，Thiên 則是中間名。在許多情況下，中間名會與名結合，形成一個對他們的父母而言具有某種深遠意義的獨立單位。在上述的例子中，Thiên Thanh 的意思是「天青」。Đoàn Thiên Thanh（段氏天青）是她的家族在美國出生的第一個孩子，她的父母由此聯想到廣大湛藍的晴空，認爲她的出生將帶來無限的希望與可能性。

28. 提問 & 回答 *Hỏi & Đáp* Hawy & Dap 🎧 1-28

提問／回答一個問題

Hỏi/Đáp một câu hỏi

Hawy/Dap moht gow hawy

我可以問你一些事情嗎？

Tôi có thể hỏi anh vài điều?

Dtoy gaw tay hawy ahn vai dyew?

不要問。

Đừng hỏi.

Doung hawy.

我想要一張收據。

Tôi muốn xin một biên nhận.

Dtoy mun seen moht bien nyuhn.

我問了她（那個小姐／那個妹妹）的電話號碼。

Tôi hỏi số của cô/em ấy.

Dtoy hawy shoh gu-uh goh/em ai.

我（不）知道答案。

Tôi (không) biết câu trả lời.

Dtoy (kohng) biek gow t[j]ra luhy.

答案是什麼？

Câu trả lời là gì?

Gow t[j]ra luhy la z[y]ee?

沒有人回答／接（電話）。

Không ai trả lời (điện thoại).

Kohng ai t[j]ra luhy (dien twai).

29. 點餐（食物／飲料）Gọi (thức ăn/uống) Gawy (touk ahn[g]/ung) 🎧 1-29

我想要點（一些菜來吃／一些飲料來喝）。

Tôi muốn gọi (vài món ăn/vài thức uống).

Dtoy mun gawy (vai mawn ahn[g]/vai touk ung).

朋友，你點餐了嗎？

Bạn đã gọi chưa?

Ban[g] da gawy ch[j]ou-uh?

☺ *bạn* 在字面上的意思是「朋友」，這個詞經常被使用來表示人稱代名詞的「你」，在一種比較非正式的意義上使用，類同「兄弟」或者「小伙子」等詞。

我已經點餐了。

Tôi (đã) gọi rồi.

Dtoy (da) gawy roy.

您準備好點餐（點一些菜來吃／點一些飲料來喝）了嗎？

Bạn sẵn sàng để gọi (thức ăn/thức uống) chưa?

Ban[g] shahn[g] shang day gawy (touk ahn[g]/touk ung) ch[j]ou-uh?

您想要點什麼（餐／菜）？

Bạn muốn gọi (món) gì?

Ban[g] mun gawy (mawn) z[y]ee?

30. 吃 *Ăn* Ahn[g]　🎧1-30

　　在越南，吃是人與人之間的對話中最常出現的話題，而且，當您想要認識某人的時候，食物通常可以扮演一個開啓話題且緩和緊張氣氛的角色。

你吃（飯）了嗎？

Anh ăn (cơm) chưa?

Ahn ahn[g] (guhm) ch[j]ou-uh?

我已經吃過了。

Tôi ăn rồi.

Dtoy ahn[g] roy.

吃吧。不要顧慮。

Ăn đi. Đừng ngại.

Ahn[g] dee. Doung ngai.

☺ *Đừng ngại* 的意思是「不要顧慮，讓自己輕鬆自在一些」。

多吃一點。

Ăn thêm nữa đi.

Ahn[g] tem nou-uh dee.

哥哥／弟弟，你想吃什麼？

Anh/Em muốn ăn gì?

Ahn/Am mun ahn[g] z[y]ee?

我們去吃點東西吧。

Chúng ta hãy đi ăn.

Ch[J]ung dta hai dee ahn[g].

💡 字面上的意思是：我們去吃飯吧。

我想要吃越南河粉。

Tôi muốn ăn phở.

Dtoy mun ahn[g] fuh.

請（大家）慢用。（禮貌用語）

Xin mời mọi người.

Seen muhy mawy ngouy.

💡 在開始用餐之時，主人／女主人或者其中一位比較年輕的同桌用餐者，經常會使用「*Xin mời mọi người*」這樣的表達用語，來「邀請大家一同開始用餐」。這是基於對客人（們）或者一同用餐的長者的尊重，並且讓所有人知道現在可以開始用餐。

哥哥／弟弟，你想去哪裡吃飯？

Anh/Em muốn ăn ở đâu?

Ahn/Am mun ahn[g] uh dow?

我喜歡吃素食。

Tôi thích ăn đồ chay.

Dtoy tihk [tout] ahn[g] doh ch[j]ai.

我不吃牛肉 / 辣。
Tôi không ăn thịt bò/cay.
Dtoy kohng ahn[g] tiht baw/gai.

你能吃辣嗎？
Anh ăn cay được không?
Ahn ahn[g] gai douk khong?

我肚子好餓。
Tôi đói bụng quá.
Dtoy dawy bung gwa.

常見的越南米食料理

米（生的）
Gạo
Gow

飯（已經煮熟的）
Cơm
Guhm

碎米飯
Cơm tấm
Guhm dtuhm

☺ *cơm tấm* 是用破碎的米粒煮成的米飯，稻米在採收和運送過程中，有些會被壓破、碎開，因而碎米的價格往往比圓潤飽滿、完整的米粒來得低廉一

些。傳統上來說，大抵是貧窮人家、勞動者和農民才會吃這種碎米，但是這樣的情況後來漸漸改變。現在，越南各地都可以吃得到碎米飯料理，不論是在餐廳、咖啡館，或是在街上的路邊攤，這是一道非常受到大眾喜愛的料理。

炒飯
Cơm chiên
Guhm ch[j]een

雞肉飯
Cơm gà
Guhm ga

糯米飯
Xôi
Soy

☼ *xôi* 有許多不同的供應方式—— 而它在一日之中的不同銷售時段會決定它的不同風味。上午的時段，主要是搭配肉品（豬肉、雞肉絲、中式香腸）一起享用，或者即使不搭配肉品，也是相當豐盛的一道料理。到了傍晚時分，店家會提供許多不同顏色的 *xôi*（紫色、橘色、黑色、白色、綠色），灑上糖粉、椰奶和椰子絲一起享用。這種甜糯米飯的變化版本，通常都是提供作為飯後的小點心或者甜點。

常見的越南麵食與湯料理

　　phở 是在越南以外的地區最廣為人知的一道越南料理，因為這道料

理所使用的食材一般而言都可以輕易取得。但是，一碗好的 *phở* 主要
取決在它的湯頭。*phở* 的湯頭基本上是以牛骨熬成，加上米粉製成的麵
條，不過，您可以選擇搭配不同種類的肉品。不論在餐廳或是路邊攤，
phở 通常都會佐以一盤配菜，包括生的豆芽菜、羅勒葉（九層塔）、洋
蔥、綠辣椒切片、一片萊姆（檸檬）、以及一種香菜。紅辣椒醬和豆瓣
醬也是可以自行選用的調味料。

常見的越南河粉類型：

熟牛肉河粉（牛肉已經煮熟才放進湯裡）
Phở chín
Fuh ch[j]een

生牛肉河粉（生牛肉切片，用熱湯沖至半熟）
Phở tái
Fuh dtai

牛腩河粉
Phở nạm
Fuh nam

牛筋河粉
Phở gân
Fuh guhn

其他的湯品：

順化辣牛肉米線

Bún bò Huế

Bun baw Hway

☼ 一般認為，這一道料理起源於越南中部的城市 **Huế**（順化），在這裡，食物的口味比起越南的其他城市更為辛辣一些。另一道類似的湯料理稱為 *Bún bò*（牛肉米線），比較不辣，通常也不會添加檸檬香茅。

粿條（用米製作而成，細長如麵，搭配豬肉片食用）

Hủ tiếu mì

Hu dtyew mee

廣麵（黃色的米麵條，搭配豬肉、雞蛋等食用）

Mì quảng

Mee qwang

☼ 這一道廣為人知的料理，相傳起源於越南中部的城市 **Da Nang**（峴港），一般最常使用的是寬扁型的米麵條，稱為 *lá mì*。黃色的 *lá mì* 主要是使用薑黃來染色。麵條煮熟後，搭配已經調味過的豬肉（切片或者接塊）、半顆煮熟的雞蛋、炒熟的蝦、花生、辣椒、脆米餅，以及新鮮的蔬菜：水薄荷（*rau húng lủi*）、羅勒葉（九層塔）、香菜、切碎的香蕉花（*bắp chuối bào*）、以及生菜等等。

由外來的移民在胡志明市所販售的 *mì quảng*，往往會加入比較多的清湯，因此吃起來比較像是一道湯品。這裡一般使用的是扁平的米麵條，比較像是 *phở* 一般的細麵條。

越式炒麵（油炸過的雞蛋脆麵，搭配油炸過的蔬菜與肉類或海鮮翻炒，最後淋上濃稠的醬汁）

Mì xào giòn

Mee sow dtawn

粥

Cháo

Ch[J]ow

清粥（可以搭配鹹蛋、醃製蔬菜，或者豬肉絲一起食用）

Cháo trắng

Ch[J]ow t[j]rahng

雞肉粥

Cháo gà

Ch[J]ow ga

鴨肉粥

Cháo vịt

Ch[J]ow veet

豬內臟粥（加入不同部位的豬內臟及豬內臟製成的香腸）

Cháo lòng heo

Ch[J]ow lawng heh-oh

魚肉粥（加入豐富大量的魚肉片）

Cháo cá

Ch[J]ow ga

越南麵包小筆記

麵包

Bánh mì

Bahn mee

☼ 您可以在街上的麵包店裡買到兩種類型的麵包。普通的麵包比較便宜，裡面沒有夾入太多的餡料，相對地，麵包三明治比較昂貴一些，而且夾帶許多不同的餡料。您可以在大街上看見，兩種類型的麵包基本上都是以法式長棍麵包為主。

我可以要（買）一塊普通的麵包嗎？

(Bán) cho tôi một ổ bánh mì.

(Ban[g]) ch[j]aw dtoy moht oh bahn mee.

☼ 字面上的意思是：請（賣）給我一塊普通的麵包。

麵包三明治

Bánh mì đặc ruột

Bahn mee dahp rut

請（賣）給我一份豬肉三明治。

Bán cho tôi một ổ bánh thịt heo.

Ban[g] ch[j]aw dtoy moht oh bahn tiht [tout] heh-oh.

☼ *bánh* 這個詞代表的不只有麵包的意思而已：

bánh bao（**bahn bow**）是中式「蒸包子」的越南名稱，也就是白麵糰裡頭包夾了許多不同種類的內餡，例如 *xá xiú*（叉燒肉）等等用蒸籠蒸熟，是廣

式飲茶餐廳裡常見的小點。在越南經常可以吃到的蒸包子種類，是豬絞肉裡面夾帶一顆蛋黃的內餡。

bánh bèo（bahn beh-oh）「浮萍粿」，是一種使用米粉摻水蒸煮而成的小糕點，上面會撒一些拌炒過的蝦肉末、蔥油和綠豆，搭配魚露一起享用。

(bánh) bột chiên（bahn boht ch[j]een）是一種改良過以順應越南人口味的中式料理，從字面上的意思來翻譯，就是「煎糕」，我們姑且稱之為「越式蛋煎糕」。它是學生們經常拿來當早餐或者肚子餓時充飢的便宜小吃。

bánh xèo（bahn seh-oh）「越式煎餅」，是一種使用米粉摻水及薑黃、椰奶煎製而成的薄餅，餅皮裡頭夾的是帶殼的蝦子、切成長條形的肥豬肉、切片洋蔥，以及有時候也會添加小蘑菇一起享用。

bánh cuốn（bahn gun）「越式粉卷」，是一種使用米粉摻水蒸熟的寬薄餅皮，裡頭夾上豬絞肉、剁碎的木耳、以及其他各種食材捲製而成。

31. 喝 *Uống* Ung 🎧 1-31

給我一杯<u>水</u> /<u>啤酒</u> /<u>葡萄酒</u>。
Cho tôi một ly <u>nước/bia/rượu</u>.

Ch[J]aw dtoy moht ly <u>nouk/bee-uh/rou-u</u>.

🔊 *cho tôi xin*（請給我）是更有禮貌、更尊重的用法，例如說，在某人家裡要求某些事物時使用。

我需要喝一點東西。
Tôi cần uống.

Dtoy guhn ung.

你想要喝點什麼嗎？

Anh muốn uống gì?

Ahn mun ung z[y]ee?

給我<u>熱茶</u>／<u>冰茶</u>。

Cho tôi trà <u>nóng</u>/<u>đá</u>.

Ch[J]aw dtoy t[j]ra <u>nawng</u>/<u>da</u>.

給我一<u>杯</u>／<u>罐</u>啤酒。

Cho tôi một <u>ly</u>/<u>lon</u> bia.

Ch[J]aw dtoy moht <u>lee</u>/<u>lawn</u> bee-uh.

我不喝酒。

Tôi không uống rượu.

Dtoy kohng ung rou-u.

喝吧。（非正式的用法）

Uống đi.

Ung dee.

☼ 字面上的意思是：我們繼續暢飲吧。

我們去喝一杯吧。

Chúng ta hãy đi uống rượu.

Ch[J]ung dta hai dee ung rou-u.

☼ 字面上的意思是：我們去喝一點酒吧。

你要跟我喝一杯嗎？

Anh uống với tôi được không?

Ahn ung vuhy dtoy douk kohng?

☼ 假定您人已經在一家酒吧裡。

你喝的是什麼？

Anh uống gì đó?

Ahn ung z[y]ee daw?

我喝的是蔬菜汁。

Tôi uống nước rau má.

Dtoy ung nouk row ma.

乾杯。

Dô.

Z[Y]oh.

我（很）口渴。

Tôi khát nước quá.

Dtoy kak nouk gwa.

越南飲品小筆記

咖啡（*Cà phê*）是越南人日常生活中不可或缺的重要飲品，在越南，有許多不同點購咖啡的方式。

黑咖啡

Cà phê đen

Ga fay den

甜牛奶咖啡（熱）

Cà phê sữa nóng

Ga fay shou-uh nawng

甜牛奶咖啡（冰）

Cà phê sữa đá

Ga fay sou-uh da

冰咖啡（黑）

Cà phê đá

Ga fay da

☼ 如果您在點餐時説「一杯冰咖啡」的話，您會自然而然地獲得一杯冰的黑咖啡。這是在越南一般的冰咖啡。如果您想要加牛奶的話，您必須如同上述的例句一般詳盡説明。

湯匙

Cái thìa

Gai tee-uh

☼ 這樣的説法比較常在北方方言中使用。在南方方言的情況下，大多是使用另一種「湯匙」的説法：*Cái muỗng*（Gai mung）。

在越南的年輕族群中，水果奶昔及優格飲品也和咖啡一樣受到普遍歡迎，而且，這樣的飲品製作模式可以和幾乎任何一種水果相結合：

（水果）優格
Yaourt 水果名
Yow ur水果名

鮮榨（水果）果汁
Nước ép 水果名
Nouk ep水果名

（水果）冰沙
Sinh tố 水果名
Shihn dtoh 水果名

越南水果小筆記

水果
Quả/[Trái cây]
Gwah/[Jrai gai]

☀ 北方方言比較常說 *quả*，而南方方言比較常說 *trái*，後者發音為「jrai」。

蘋果
Táo
Dtow

酪梨

Bơ

Buh

香蕉

Quả/[Trái] chuối

Gwah/[Jrai] ch[j]uy

胡蘿蔔

Củ cà rốt

Gu ga roht

椰子

Dừa

Z[Y]ou-uh

釋迦

Quả na [Trái mãng cầu]

Gwah na [T[J]rai mang gow]

☼ 上述這兩種名稱基本上指的是同一種水果，只是在北方方言和南方方言中
使用不同的名稱。

榴槤

Sầu riêng

Show reeng

葡萄
Nho
Nyaw

芒果
Xoài
Swai

鳳梨
Dứa/[Thơm]
Zou-uh/[Tuhm]

柚子
Bưởi
Bouy

紅毛丹
Chôm chôm
Ch[j]ohm ch[j]ohm

草莓
Dâu (tây)
Z[Y]oh (dtay)

西瓜
Dưa hấu
Z[Y]ou-uh how

山竹
Măng cụt
Mahng gu(t)

32. 辣　*Cay*　Gai 🎧 1-32

辣
Cay
Gai

辣椒
Ớt
Uht

你能吃辣的食物嗎？
Anh ăn món cay được không?
Ahn ahn[g] mawn gai douk kohng?

你要加辣椒嗎？
Anh cần ớt không?
Ahn guhn uht kohng?

幫我加辣。
Làm cho cay.
Lam ch[j]aw gai.

不要辣椒。

Không ớt.

Kohng uht.

請不要（幫我）加辣。

Không cay giùm.

Kohng gai z[y]um.

太辣了。

Cay quá.

Gai gwa [wa].

不會（非常）很辣。

Không (có) cay lắm.

Kohng (gaw) gai lahm.

33. 喜歡 *Thích* Tihn [Tout]　🎧 1-33

我喜歡（它／這個／那個，諸如此類）。

Tôi thích.

Dtoy tihk [tout].

💭 如果要表達「想要（做什麼事）」的意思的話，我們使用的是 *muốn* 這個動詞，關於此一動詞的解釋，請參閱第三十六節的部分。此一例句及接下來的例句中，受詞都是已知的，因此可省略。

我不喜歡（它／這個／那個，諸如此類）。

Tôi không thích.

Dtoy kohng tihk [tout].

你喜歡（它／這個／那個，諸如此類）嗎？

Anh thích không?

Ahn tihk [tout] kohng?

我非常喜歡。

Tôi rất thích.

Dtoy ruht tihk [tout].

你喜歡魚露嗎？

Anh thích nước mắm không?

Ahn tihk [tout] nouk mahm kohng?

☼ 您可以使用任何一種事物來取代「魚露」（*nước mắm*）這個名詞。

魚露（*nước mắm*）是一種在大多數的東南亞國家中普遍使用的基本調味料。魚露主要取自可供發酵的魚類。有些魚露帶有非常強烈的味道，有些則不會。無論如何，從來沒有嘗試過魚露的人，可能需要一點時間才能適應它的味道。

我非常喜歡西貢啤酒／333啤酒。

Tôi rất thích bia Sàigon/ba ba ba.

Dtoy ruht tihk [tout] bee-uh Sai Gawn/ba ba ba.

小姐／哥哥／妹妹或弟弟，我喜歡妳／你／妳或你。

Tôi thích cô/anh/em.

Dtoy tihk goh/ahn/am.

另一種表達的方式是：

小姐／哥哥／妹妹或弟弟，我愛妳／你／妳或你。

Tôi mến cô/anh/em.

Dtoy men goh/ahn/am.

常見的越南甜點：

　　chè（ch[J]eh）可以指稱任何一種越南的傳統甜點，包含甜湯或布丁，冷熱皆可提供。我們在這裡介紹一些簡單的越南甜點，列表如下：

紅豆湯／紅豆沙

Chè đậu đỏ

Ch[J]eh doh daw

綠豆湯／綠豆沙

Chè đậu xanh

Ch[J]eh doh sahn

玉米布丁

Chè bắp

Ch[J]eh bahp

香蕉甜粥

Chè chuối

Ch[J]eh ch[j]uy

花生甜粥

Chè lạc [Chè đậu phụng]

Cheh lak [Jeh doh fung]

豆腐與熱豆花

豆腐是一種起源於中國的食物，製作方式是將黃豆磨成漿汁，待凝固之後再壓製成塊狀。豆腐可以製成許許多多不同的製品，其中包括可以經由某些方式來加工處理。豆腐本身沒有很多味道或者氣味，因此不僅可以使用在鹹的菜餚上，也可以使用在甜點上，或者也經常可以透過調味或者浸泡醬汁來搭配不同的菜餚。在越南，豆腐的發音是「*đậu hủ [doh hu]*」，而特殊的豆腐甜點稱為「*tàu (đậu) hũ nước đường*」（甜豆花）。這種軟嫩的豆腐甜點，是搭配一種薑汁口味的糖漿一起提供。這種越式甜點經常會在路邊攤販賣，小販們使用扁擔（*đòn gánh*，用木頭或竹子製成的長扁物品，將所攜物件繫上繩子掛在扁擔兩端）擔來他們使用的鍋具、餐具，有時候也會有供客人坐下來飲食的小椅子。提供這種甜點的方式很有趣。如果您點了一碗豆花，小販會用一種非常淺且寬平的杓子，將豆花一杓一杓舀進碗裡，在上面淋上糖漿，有時候，您也可以選擇添加椰奶和薑汁。這種甜點一般是吃熱的，即使是在炎熱的夏天。

34. 再一／更多 *Thêm* Tem 🎧 1-34

當您想要要求更多的某種事物之時，有以下三種表達的方式：

→ *Cho thêm ... nữa.*（再給我另一……／更多一點……）

→ *Cho thêm ...*（給我另一……／更多一點……）

→ *Đem thêm ... giùm.*（請給我另一……／更多一點……）

可以再給我一杯咖啡嗎？

Cho thêm một ly cà phê nữa.

Ch[J]aw tem moht lee ga fay nou-uh.

☺ 字面上的意思是：再給我一杯咖啡。

阿兄（對侍者的稱呼），再給我一些茶（幫我加茶）。

Anh ơi, cho thêm trà.

Ahn uhy, ch[j]aw tem t[j]ra.

☺ cho 是「給」的意思，因此，從字面上的意思看來，您是在告訴侍者幫您加一些茶。在這樣的脈絡下使用 cho，並沒有不禮貌的問題。

請再給我一盤。

Anh đem thêm một đĩa giùm.

Ahn dem tem moht dee-uh z[y]um.

再給我多一些（某種事物）。

Cho thêm...

Ch[J]aw tem...

多吃一點。
Ăn thêm.
Ahn[g] tem.

另一種表達的方式：

再吃一點吧。
Ăn nữa đi.
Ahn[g] nou-uh dee.

再多給我一雙筷子。
Cho thêm một đôi đũa.
Ch[J]aw tem moht doy dou-uh.

35. 一點／一下 *Chút* Chut [Jup] 1-35

一點／一下
Một chút
Moht chut [jup]

等一下。
Chờ một chút.
Chuh moh chut [jup].

阿兄（對侍者的稱呼），再多給我一點飯（幫我加飯）。
Anh ơi, cho thêm ít cơm nữa.
Ahn uhy, ch[j]aw tem iht guhm nou-uh.

另一種表達的方式（尤其是在南方方言中使用的）是：

阿兄（對侍者的稱呼），再多給我一點飯（幫我加飯）。

Anh ơi, cho thêm một chút cơm nữa.

Ahn uhy, ch[j]aw tem moht ch[j]ut guhm nou-uh.

（請）再往前開一點。

Đi thêm một chút nữa (giùm).

Dee tem moht ch[j]ut nou-uh (z[y]um).

嘗試一下（試一下味道）。

Thử một chút.

Tou moht chut [jup].

我懂一點。

Tôi hiểu một chút.

Dtoy hyew moht chut [jup].

36. 想要 *Muốn* Mun 🎧 1-36

我想要（這個／一些，諸如此類）。

Tôi muốn.

Dtoy mun.

☼ 在此一例句及接下來的例句中，受詞都是已知的。如果要詳盡說明的話，請附加上名詞或者動詞。

我不想要（這個／一些，諸如此類）。

Tôi không muốn.

Dtoy kohng mun.

你想要（這個／一些，諸如此類）嗎？

Anh muốn không?

Ahn mun kohng?

你想要什麼？

Anh muốn gì?

Ahn mun z[y]ee?

你想去哪裡？

Anh muốn đi đâu?

Ahn mun dee dow?

你想做什麼？

Anh muốn làm gì?

Ahn mun lam z[y]ee?

我想去大壩森水上公園。

Tôi muốn đi Đầm Sen.

Dtoy mun dee Dam Sen.

我想買那件襯衫。

Tôi muốn mua cái áo đó.

Dtoy mun mu-uh gai ow daw.

37. 誰？ *Ai* Ai 🎧 1-37

（在門口的）是誰？

Ai đó?

Ai daw?

（電話中）抱歉／不好意思，哥哥／姊姊／弟弟／妹妹，
你／妳／你是誰？

Xin lỗi,anh/cô/em tên chi vậy?

Seen loy, ahn/goh/am dten ch[j]ee vay?

你想跟誰說話？

Anh muốn nói chuyện với ai?

Ahn mun nawy ch[j]wen vuhy ai?

那個（男／女）人是誰？

Anh/cô đó là ai vậy?

Ahn/goh daw la ai v[y]ay?

💡 vậy 是一個字尾詞，沒有特別的意義，但是在越南語中，很常被使用來讓
整個句子聽起來更完整。這個詞可能比較類似加拿大人常說的「hey?」。

誰知道？

Ai biết?

Ai biek?

有人在家嗎？

Có ai ở đây không?

Gaw ai uh day [dai] kohng?

38. 碰面／見面 *Gặp* Gahp 🎧 1-38

弟弟／妹妹，你／妳要跟誰碰面？

Em gặp ai?

Am gahp ai?

☼ 端看說話時的脈絡而定，這個例句可能同時意味著：「你／妳跟誰碰了面？」或者「你／妳要跟誰碰面？」有許多可以讓整體脈絡變得更明確的方式，例如說，使用一些表示時間的字詞，我們會在後面學到這個部分，但是，您最好還是必須注意到，這是一種在越南語中常見的表達方式。

我要跟朋友見面。

Tôi gặp bạn.

Dtoy gahp ban[g].

待會見。

Hẹn gặp lại.

Hen gahp lai.

明天見。

Hẹn gặp lại ngày mai.

Hen gahp lai ngai mai.

明天早上見。

Hẹn gặp lại sáng mai.

Hen gahp lai shang mai.

我們上午十點碰面。

Chúng ta gặp lúc mười giờ sáng.

Ch[J]ung dta gahp luk mouy z[y]uh shang.

明天我們可以見面嗎？

Chúng ta gặp ngày mai được không?

Ch[J]ung dta gahp ngai mai douk kohng?

其他一些使用 *gặp* 的表達方式：

運氣好

Gặp may/Gặp hên

Gahp mai/Gahp hen

我運氣好。

Tôi gặp may.

Dtoy gahp mai.

你運氣真是好得不得了！

Anh may mắn quá!

Ahn mai mahn[g] gwa!

運氣不好
Gặp không may/Gặp xui

Gahp kohng mai/Gahp suy

祝你好運。
Chúc anh may mắn/gặp may.

Ch[J]uk ahn mai mahn[g]/gahp mai.

39. 爲什麼？＆因爲 *Tại sao? & Tại vì* Dtai show? & Dtai vee 🎧 1-39

爲什麼？
Tại sao?

Dtai show?

因爲……
Tại vì...

Dtai vee…

你爲什麼很累的樣子？
Tại sao anh mệt?

Dtai show ahn meht?

因爲天氣太熱了。
Tại vì nóng quá.

Dtai vee nawng gwa [wa].

你爲什麼學越南語？

Tại sao anh học tiếng Việt?

Dtai show ahn hawp dteeng Viet?

因爲我的女朋友是越南人。

Tại vì bạn gái của tôi là người Việt.

Dtai vi ban[g] gai gu-uh dtoy la nguy Viet.

☺ 在大多數對話的時候，越南人很可能會省略掉 *tại* 這個詞，而直接從 *vì* 這個詞開始回答，尤其是在南方方言的情況下。

40. 如何？　*Thế nào*　Tay now 🎧 1-40

如何 / 怎麼樣？

Thấy thế nào?

Tay tay now?

天氣如何 / 怎麼樣？

Thời tiết ở đó thế nào?

Tuhy dteet uh daw tay now?

（您正在吃的）那個食物味道如何 / 怎麼樣？

Món đó thế nào?

Mawn daw tay now?

（一般來說的）那個食物味道吃起來如何 / 怎麼樣？

Thức ăn đó thế nào?

Touk ahn[g] daw tay now?

路況如何／怎麼樣？
Đường đi thế nào?
Doung dee tay now?

（這個東西）怎麼吃？
Ăn thế nào?
Ahn[g] tay now?

你覺得怎麼樣／認爲如何？
Anh nghĩ thế nào?
Ahn ngyee tay now?

我要怎麼去火車站？
Làm ơn chỉ đường đến nhà ga giùm?
Lam uhn ch[j]ee doung duhn nya ga z[y]um?

你怎麼做？
Làm thế nào?
Lam tay now?

41. 何時？ *Khi nào* Kee now 🎧 1-41

弟弟／妹妹，你／妳什麼時候走？（對比您年輕的人說話）
Khi nào em đi?
Kee now am dee?

🔆 對比您年長的人說話的方式，請參閱第六節的部分。

你什麼時候來過越南？

Anh đến Việt Nam khi nào?

Ahn den [duhn] Vietnam kee now?

我們什麼時候見面？

Khi nào mình gặp nhau được?

Kee now mihn gahp nyow douk?

什麼時候<u>開門</u>/<u>關門</u>？

Khi nào mở cửa/đóng cửa?

Kee now <u>muh gou-uh</u>/<u>dawng gou-uh</u>?

公車什麼時候<u>離開</u>/<u>抵達</u>？

Khi nào xe buýt sẽ <u>rời</u>/<u>đến</u>?

Kee now seh bweet sheh <u>ruhy</u>/<u>den</u>?

下一班公車什麼時候抵達？

Khi nào chuyến xe buýt tiếp sau sẽ đến?

Kee now ch[j]wen seh bweet dteep show sheh den?

下一班火車什麼時候抵達？

Khi nào chuyến xe lửa tiếp sau sẽ đến?

Kee now ch[j]wen seh lou-uh dteep show sheh den?

雨季什麼時候<u>開始</u>/<u>結束</u>？

Khi nào mùa mưa sẽ <u>bắt đầu</u>/<u>chấm dứt</u>?

Kee now mu-uh mou-uh sheh <u>baht dow</u>/<u>ch[j]uhm yout</u>?

42. 多久？ *Bao lâu* **Bow low** 🎧 1-42

公車要開多久？

Chuyến xe buýt đi hết bao lâu?

Ch[J]wen seh bweet dee huht bow low?

（已經）多久了？

Bao lâu rồi?

Bow low roy?

💭 務必謹記，bow low 是與英文的 now 押韻，而不是 mow。

飛機要飛多久？

Chuyến bay bao lâu?

Ch[J]wen bai bow low?

你要在越南待多久？

Anh sẽ ở Việt Nam bao lâu?

Ahn sheh uh Vietnam bow low?

你在越南多久了？

Anh đã ở Việt Nam bao lâu rồi?

Ahn da uh Vietnam bow low roy?

好久不見。

Đã lâu không gặp.

Da low kohng gahp.

43. 哪（一）個？ *(Cái) Nào* (Gai) Now 🎧 1-43

哪一個？

Cái nào?

Gai now?

你想要哪一個？

Anh muốn cái nào?

Ahn mun gai now?

（你要去）哪一條街？

Đường nào?

Doung now?

🔅 字面上的意思是：哪一條街？

當您在停放摩托車時，經常會有服務人員問您「你要去哪一條街？」如此，他可以知道當您回來的時候指示您的摩托車往哪一條街的方向去。

你喜歡哪一款襯衫／連身裙呢？

Anh thích cái áo sơ mi/áo đầm nào?

Ahn tihk [tout] gai ow shuh mee/ow dahm now?

🔅 越南的傳統服飾稱為 *áo dài*（ow z[y]ai）。

哪一款比較好？

Cái nào tốt hơn?

Gai now dtoht huhn?

哪一條路可以到梨利街？

Đường nào là đường Lê Lợi?

Doung now la doung Lay Luhy?

你要去哪一條街？（計程車司機會問您的話）

Anh muốn đi đường nào?

Ahn mun dee doung now?

💡 有時候，計程車司機會問您這一句話，看看您是否了解行走的路徑。如果您看起來不了解的話，有些司機會刻意帶您走遠路，您支付的費用或許沒有貴非常多，但是可能會浪費您很多的時間。請參閱第96頁的「計程車小筆記」，協助您擁有更多與計程車司機溝通的工具。

44. 這 & 那 *Này & Đó* Nai & Daw 🎧 1-44

這（個／款／量詞）

(Cái) này

(Gai) nai

那（個／款／量詞）

(Cái) đó

(Gai) daw

這條街／那條街

Đường này/đường đó

Doung nai/Doung daw

這一邊／那一邊

Bên này/Bên kia

Buhn nai/Buhn gee-uh

這是什麼？／那是什麼？

Cái này là gì?/Cái đó là gì?

Gai nai la z[y]ee?/Gai daw la z[y]ee?

這／那是紅毛丹。

Cái này/đó là trái chôm chôm.

Gai nai/daw la t[j]rai ch[j]ohm ch[j]ohm.

這個（東西）／那個（東西）叫什麼？

Cái này/đó gọi là gì?

Gai nai/daw gawy la z[y]ee?

45. 這裡 & 那裡 *Ở đây & Đằng kia* Uh day [dai] & Dahng gee-uh 🎧1-45

這裡。

Ở đây.

Uh day [dai].

那裡。

Đằng kia.

Dahng gee-uh.

轉過來。

Quẹo ở đây.

Gweh-oh uh day [Weh-oh uh dai].

轉過去。

Quẹo ở đằng kia.

Gweh-oh [Weh-oh] uh dahng gee-uh.

這裡很吵。

Ở đây ồn quá.

Uh day ohn qwa [Uh dai ohng wa].

在這（裡）附近嗎？

Ở gần đây không?

Uh guhn day kohng?

在那（裡）附近嗎？

Ở gần đằng kia không?

Uh guhn dahng gee-uh kohng?

在這（裡）附近。

Gần đây.

Guhn day [dai].

在那（裡）附近。

Gần đó.

Guhn daw.

離那裡很近。

Rất gần đằng kia.

Ruht guhn dahng gee-uh.

46. 來 / 抵達 *Đến* Den [Duhn] 🎧 1-46

我會來。

Tôi sẽ đến.

Dtoy sheh den [duhn].

我不會來。

Tôi sẽ không đến.

Dtoy sheh kohng den [duhn].

我不能來。

Tôi không đến được.

Dtoy kohng den [duhn] douk.

明天我會來。

Ngày mai tôi sẽ đến.

Ngai maid toy sheh den [duhn].

我會在一點的時候到 / 抵達。

Tôi sẽ đến lúc một giờ.

Dtoy sheh den [duhn] luk moht z[y]uh.

跟<u>我</u>／<u>我們</u>一起來吧。

Hãy đến với tôi/chúng tôi.

Hai den [duhn] vuhy dtoy/ch[j]ung dtoy.

☺ 沒有 *Hãy* 的話，這句話聽起來就像是一個命令。加上 *Hãy* 這個詞，會讓整個句子軟化，指的是「來吧」的意思。

她／他會來嗎？

Cô/Anh ấy đến không?

Goh/Ahn ai den [duhn] kohng?

你幾點來／到？

Mấy giờ anh sẽ đến?

May z[y]uh ahn sheh den [duhn]?

公車幾點抵達？

Mấy giờ xe buýt sẽ đến?

May z[y]uh ahn sheh den [duhn]?

火車幾點離開？

Mấy giờ xe lửa sẽ rời?

May z[y]uh seh lou-uh sheh ruhy?

我會在五分鐘之內抵達（那裡）。

Tôi sẽ đến đó trong vòng năm phút.

Dtoy sheh den [duhn] daw t[j]rawng vawng nahm fut.

我想要從河內飛到順化。

Tôi muốn bay từ Hà Nội đến Huế.

Dtoy mun bai dtou Hanoy den [duhn] Hway.

47. 知道　*Biết*　Biek　🎧 1-47

我知道。

Tôi biết.

Dtoy biek.

我不知道。

Tôi không (có) biết.

Dtoy kohng (gaw) biek.

你（已經）知道（了）嗎？

Có biết không?

Gaw biek kohng?

💬 此一例句中，主詞和受詞都是已知的，因此省略。

沒有人知道。

Không ai biết.

Kohng ai biek.

你知道（關於）……嗎？

Anh có biết về...?

Ahn gaw biek vay...?

你知道<u>他／她</u>是誰嗎？

Anh biết <u>anh ấy/chị ấy</u> là ai không?

Ahn biek <u>ahn ai/ch[j]ee ai</u> la ai kohng?

Sam，你<u>知道／認識</u>Linh嗎？

Sam có biết Linh không?

Sam, gaw biek Linh kohng?

我<u>知道／認識</u><u>Linh/她</u>。

Tôi biết <u>Linh/cô ấy</u>.

Dtoy biek <u>Linh/goh ai</u>.

<u>哥哥／小姐</u>，<u>你／妳</u>知道怎麼使用筷子嗎？

<u>Anh/Cô</u> biết dùng đũa không?

<u>Ahn/Goh</u> biek z[y]ung du-uh kohng?

48. 做／工作 *Làm* Lam 🎧 1-48

<u>哥哥／小姐</u>，<u>你／妳</u>在做什麼？

<u>Anh/Cô</u> làm gì?

<u>Ahn/Goh</u> lam z[y]ee?

☼ 在此一例句及其他例句的結尾部分，北方方言經常會加上 *vậy*（**vay**）這個詞，南方方言則會加上 *đó*（daw）這個詞。

我在做……

Tôi làm...

Dtoy lam...

弟弟 / 哥哥，你的工作是什麼？

Công việc của em/anh là gì?

Gohng viek gu-uh am/ahn la z[y]ee?

另一種表達方式是：

你做的是什麼工作？

Việc làm của anh là gì?

Viek lam gu-uh ahn la z[y]ee?

我在洛杉磯工作。

Tôi làm ở Los Angeles.

Dtoy lam uh Laws Ahn-jeh-les.

我正在工作。

Tôi đang làm việc.

Dtoy dang lam viek.

我在英特爾工作。

Tôi làm việc ở Intel.

Dtoy lam viek uh Intel.

麻煩請你輕聲說話。

Anh làm ơn nói nhỏ giùm.

Ahn lam uhn nawy nyaw z[y]um.

（麻煩請你）慢慢說。

(Anh làm ơn) nói chậm thôi/giùm.

(Ahn lam uhn) nawy ch[j]uhm toy/z[y]um.

你做得到嗎？

Anh làm được không?

Ahn lam douk kohng?

這張椅子是木頭做的。

Ghế làm bằng gỗ.

Gay lam bahng goh.

不要走。

Đừng đi.

Doung dee.

不要！

Đừng!

Doung!

49. 在（表示人事物的位置）Ở Uh 🎧 1-49

在這裡。
Ở đây.
Uh day [dai].

在那裡。
Ở đằng kia.
Uh dahng gee-uh.

鑰匙在哪裡？
Chìa khóa ở đâu?
Ch[J]ee-uh kwa uh dow?

你在哪裡？（講電話）
Anh đang ở đâu?
Ahn dang uh dow?

我在高地咖啡館。
Tôi đang ở Highland Coffee.
Dtoy dang uh Highland Coffee.

高地咖啡館在哪裡？
Highland Coffee ở đâu?
Highland Coffee uh dow?

在二徵夫人街上。

Ở trên đường Hai Bà Trưng.

Uh t[j]ren doung Hai Ba T[J]roung.

你住哪裡？

Anh ở đâu?

Ahn uh dow?

我住在河內。

Tôi ở Hà Nội.

Dtoy uh Ha Noy.

50. 地址　*Địa chỉ*　Dee-uh Ch[j]ee 🎧1-50

西貢（Saigo）也稱爲胡志明市（Ho Chi Minh City，或者 Thành Phố Hồ Chí Minh）。在這座城市中，每一個地址都包含了其所在區地的區域名、街坊名、道路名，以及地址號碼等等。越南不使用郵遞區號。

街／路

Đường

Doung

坊

Phường

Foung

郡

Quận

Gwahn [Wahn]

市

Thành phố

Tahn foh

你的地址是什麼？

Địa chỉ của anh là gì?

Dee-uh ch[j]ee gu-uh ahn la z[y]ee?

（某場所的）地址是什麼？

Địa chỉ của (...) là gì?

Dee-uh ch[j]ee gu-uh (...) la z[y]ee?

我的地址是：（胡志明市）第四郡第三坊巴斯德街78號。

Địa chỉ của tôi là: số nhà bảy mươi tám đường Pasteur, phường ba, quận tư (bốn).

Dee-uh ch[j]ee gu-uh dtoy la: shoh nya bai mouy dtam doung Pasteur, phoung ba, qwan dtou (bohn).

越南城市的地址通常和這個例句中的地址一樣長，但是，如果地點是在一條小巷弄裡的話，地址名稱可能會更長一些，需在街道號碼之後加一條正斜線（/），接著再附上門牌號碼。例如說，上述例句中的住址需寫成78/134號。尤其是當您在搭乘計程車之時，請務必告訴司機您想要前往地點的郡名和坊名，如此，司機才能找到此一地點的正確地址。

51. 計程車　*Xe tắc xi*　Seh dtahk-see 🎧 1-51

越南有兩種類型的計程車：汽車與摩托車。

我要坐計程車（汽車）。

Tôi sẽ đi xe tắc xi.

Dtoy sheh dee seh dtahk-see.

當您要叫計程車的時候，您應該說：

我要一臺計程車去（地址）。

Cho một xe tắc xi đến (...).

Ch[J]aw moht seh dtahk-see den (...).

計程車招呼站的接線人員很可能會重複地址，確保她聽到的地址是正確的，接著，她會問您需要幾個座位（幾人座的車）：

幾個座位（幾人座的車）？

Mấy chỗ ngồi?

May ch[j]oh ngoy?

四人座（的車）

Bốn chỗ

Bohn ch[j]oh

七人座（的車）

Bảy chỗ

Bai ch[j]oh

計程摩托車

Xe ôm

Seh ohm

我坐計程摩托車去。

Tôi đi bằng xe ôm.

Dtoy dee bahng seh ohm.

計程車小筆記

　　搭乘計程摩托車，是一種相當普遍的、供遊客在越南四處遊歷的交通方式，但是，在您搭乘之前，應該事先與司機談好價錢。越南的法律規定，無論是騎士或是乘客都必須配戴安全帽，因此，每一輛 *xe ôm*（計程摩托車）都應該附有一頂備用的安全帽，供乘客使用；只是務必小心的是，計程摩托車所提供的安全帽並不是每一頂都具有最佳的品質。如果您要在越南停留一段比較長的時間的話，或許您會想從自己的國家帶一頂您專用的安全帽來。

💡 在您搭乘計程摩托車之前，請務必記得事先與司機談好價錢。所有正規的計程車都應該會使用他們自己的計程表。除了計程表上顯示的數字總額之外，您並不一定需要額外給司機小費，但是，如果您願意給小費的話，司機會非常樂於接受。例如說，計程車費用是 20,500 盾的話，您可以給司機車資含小費湊足 21,000 盾，給 25,000 盾仍算是正常的範圍，給 30,000 盾的話可說是相當慷慨。請您務必記住的是，筆者在撰寫本文之時，越南盾與美元的匯率大約是 20,000 盾兌換 1 美元。

你想去哪裡？
Anh muốn đi đâu?
Ahn mun dee dow?

直走。
Đi thẳng.
Dee tahng.

順著二徵夫人街往下走。
Đi xuống đường Hai Bà Trưng.
Dee sung doung Hai Ba T[J]roung.

向左轉。
Quẹo trái.
Gweh-oh trai [Weh-oh jrai].

向右轉。
Quẹo phải.
Gweh-oh fai.

過了橋之後向<u>左</u>／<u>右</u>轉。
Quẹo <u>trái</u>/<u>phải</u> sau cái cầu.
Gweh-oh t[j]<u>rai</u>/<u>fai</u> show gai gow.

再轉一次彎。
Quẹo thêm một lần.
Gweh-oh tem moht luhn.

不要轉彎。

Đừng quẹo.

Doung gweh-oh.

你（已經）開過頭了。

Anh đã đi qua rồi.

Ahn da dee gwa roy.

迴轉。

Quẹo lại.

Gweh-oh lai.

在這裡停車（靠邊停）。

Ngừng (dừng) lại/đây.

Ngoung (doung) lai/day [dai].

☼ 不管是 *lại* 或是 *đây*，都可以使用來表示「這裡」的意思。

我要在這裡下車。

Tôi sẽ xuống đây.

Dtoy sheh sung day [dai].

在學校前面停車。

Ngừng ở trước trường học.

Ngoung uh t[j]rouk t[j]roung hawp.

在下一個轉角停車。

Ngừng ở góc đường kế tiếp.

Ngoung uh gawp doung gay dteep.

請給我收據。

Xin cho tôi giấy biên nhận.

Seen ch[j]aw dtoy z[y]ai been nhuhn.

哥哥（計程車司機），幫我把音量調大／調小。

Anh bớt/nhỏ âm thanh giùm.

Ahn buht/nyaw uhm than z[y]um.

☼ 字面上的意思是：請把（收音機／音響）的音量調大／調小。相同的例句
如下：

叔叔（計程車司機），幫我把空調／冷氣開大／開小。

Chú bớt/nhỏ máy lạnh giùm.

Ch[J]u buht/nyaw mai lahn z[y]um.

☼ *Chú* 指的是「叔叔」的意思，經常使用來稱呼比您稍微年長一些，與您的
叔叔或者父親年紀相仿的男性。

叔叔（計程車司機），幫我把車窗升上來／降下去。

Chú quay cửa sổ lên/xuống giùm.

Ch[J]u gwai gou-uh shoh luhn/sung z[y]um.

☼ 以下列出的各種措辭表達，都可以使用來置換上述的例句，請使用這個基
本的句子結構：*Chú ... (giùm)*：

……降下車窗。

… hạ kính xuống.

… ha gihn sung.

……升起車窗。

… nâng kính lên.

… nuhng gihn luhn.

……打開（電燈、收音機／音響、空調／冷氣）。

… bật/mở (đèn, rađiô, máy lạnh).

… buht/muh (den, ra-dee-oh, mai lahn).

……關掉……

… tắt …

… dtaht …

🔹 上述的例句中所使用的動詞，同樣可以使用在「打開／關掉電源（*điện*／deen）」以及「開／關水（*nước*／nouk）」上。命令句的形式是在句尾加上 *đi* 這個詞，來表示一種命令或是建議的意思，例如：*tắt điện đi*（關掉電源吧）。

52. 火車 *Xe lửa* Seh lou-uh 🎧 1-52

搭火車

Đi xe lửa

Dee seh lou-uh

（載我／送我）去火車站。

Đến nhà ga.

Den [Duhn] nya ga.

☼ 請計程車司機開快一點，請說：「*Nhanh lên*（**Nhahn luhn**）」（快一點）。

火車幾點離開／抵達？

Mấy giờ xe lửa sẽ rời/đến?

May z[y]uh seh lou-uh sheh ruhy/den [duhn]?

火車票

Vé xe lửa

V[Y]eh seh lou-uh

單程票

Vé một chiều

V[Y]eh moht ch[j]yew

來回票

Vé khứ hồi

V[Y]eh kou hoy

到美奈坊的車票多少錢？

Vé đi Mũi Né bao nhiêu?

V[Y]eh dee Muy Neh bow nyew?

哪一班火車會到沙壩？

Xe lửa nào đi Sa Pa?

Seh lou-uh now dee Sa Pa?

53. 機場 *Sân bay* Shuhn bai 🎧 1-53

請（載我／送我）去機場。

Đi đến sân bay giùm.

Dee den [duhn] shuhn bai z[y]um.

💡 如果不小心將 *sân bay* 的音發成「*sòng bạc*」或者「*sòng bài*」的話，您很有可能會被載到賭場去。

我想去機場。

Tôi muốn đi đến sân bay.

Dtoy mun dee den [duhn] shuhn bai.

國內線航站大廈

Cổng quốc nội

Gohng gwohk noy

國際線航站大廈

Cổng quốc tế

Gohng gwohk dtay

你可以在機場接機（接我）嗎？

Anh đón tại sân bay được không?

Ahn dawn dtai shuhn bai douk kohng?

💡 另一種表達「在」（*ở*）的方式是 *tại*，但是前者比較是日常生活的會話中經常使用的詞。

我想買一張到河內的機票。

Tôi muốn mua vé đi Hà Nội.

Dtoy mun mu-uh v[y]eh dee Ha Noy.

54. 人 *Người* Ngouy 🎧 1-54

多少人？／幾個人？（在餐廳的時候）

Bao nhiêu người? /Mấy người?

Bow nyew ngouy? /May ngouy?

只有我（自己）一個人而已。

Một mình tôi thôi.

Moht mihn [moun] dtoy toy.

兩個／三個／四個／五個人

Hai/Ba/Bốn/Năm người

Hai/Ba/Bohn/Nahm ngouy

每一個人／大家／人人

Mọi người

Mawy ngouy

人們／他們

Người ta/Họ

Ngouy dta/Haw

家人（家裡的人）

Người trong nhà

Ngouy t[j]rawng nya

55. 家庭 *Gia Đình* Za dihn [Ya doun] 🎧 1-55

你家（裡）有幾個人？

(Trong) gia đình anh có mấy người?

(T[J]rawng) z[y]a dihn ahn gaw mai ngouy?

有兩個／三個／四個／五個／六個／七個人。

Có hai/ba/bốn/năm/sáu/bảy người.

Gaw hai/ba/bohn/nahm/show/bai ngouy.

我

Tôi

Dtoy

我的父親
Ba/bố tôi
Ba/Boh dtoy

我的母親
Má/Mẹ tôi
Ma/Meh dtoy

妻子
Vợ
V[Y]uh

丈夫
Chồng
Ch[J]ohng

小孩
(Trẻ) con
T[J]reh gawn

嬰兒
Con/Bé/Em bé
Gawn/Beh/Am beh

獨生子／女
Con một
Gawn moht

兒子

Con trai

Gawn t[j]rai

女兒

Con gái

Gawn gai

56. 等 *Đợi/[Chờ]* **Duhy/[Juh]** 🎧 1-56

đợi 比較普遍使用在北方方言中，*chờ* 則比較常見於南方方言中。

我會等候。

Tôi sẽ đợi/[chờ].

Dtoy sheh duhy/[juh].

等一下。

Đợi/(Chờ) một chút.

Duhy/(Ch[J]uh) moht ch[j]ut.

在這裡稍等一下。

Đợi ở đây một chút.

Duhy uh day moht ch[j]ut.

你不必等我。

Anh không cần đợi tôi.

Ahn kohng guhn duhy dtoy.

我的妻子在等我。

Vợ tôi đang đợi./[chờ].

V[Y]uh dtoy dang duhy/[ch[j]uh].

我正在等我的妻子／丈夫。

Tôi đang đợi vợ/chồng của tôi.

Dtoy dang duhy vuh/ch[j]ohng gu-uh dtoy.

哥哥／弟弟，你（已經）等多久了？

Anh/Em đã đợi bao lâu rồi?

Ahn/Am da duhy bow low roy?

57. 近 & 遠　*Gần & Xa*　**Guhn & Sa**　🎧 1-57

（那個地方）近／遠嗎？

Ở đó gần/xa không?

Uh daw guhn/sa kohng?

很近／遠。

Cũng gần/xa lắm.

Gung guhn/sa lahm.

類似的表達方式有很多種。以下的例句是另一種表達方式：

非常近／遠。

Rất gần/xa.

Ruht guhn/sa.

（那個地方）有多近？

Gần cỡ nào?

Guhn guh now?

多遠？

Bao xa?

Bow sa?

太遠了，走路到不了。

Đi bộ thì xa lắm.

Dee boh tee sa lahm.

58. 可以／會＆不可以／不會 *Có thể & Không thể* **Gaw tay & Kohng tay** 🎧1-58

越南語中，有許多表達類似英語中的「can」的方式，來表示「許可」或者「能力」的意思。有一些常見的表達用法，雖然翻譯成「可以／會」或「不可以／不會」，但並非總是使用上述的這些關鍵詞。有時候，*có thể* 也會代表「可能」的意思。另一種表達「可以／會＆不可以／不會」的方式是 *được & không được*，這個詞同時也意味著「OK」和「對的／是的」。

我可以／我會。

Tôi có thể.

Dtoy gaw tay.

我不可以／我不會。
Tôi không thể.
Dtoy kohng tay.

我可以／會説一點點（越南語）。
Tôi nói được chút chút (tiếng Việt).
Dtoy nawy douk ch[j]ut ch[j]ut (dteeng Viet).

我會説越南語。
Tôi biết nói tiếng Việt.
Dtoy biek nawy dteeng Viet.

哥哥／弟弟，你會説英語嗎？
Anh/Em biết nói tiếng Anh không?
Ahn/Am biek nawy dteeng Ahn kohng?

我可以這（那）麼做。
Tôi có thể làm được.
Dtoy gaw tay lam douk.

我不可以這（那）麼做。
Tôi không thể làm được.
Dtoy kohng tay lam douk.

我不會游泳。
Tôi không biết bơi.
Dtoy kohng biek buhy.

我可以看那個嗎？

Tôi xem cái đó được không?

Dtoy sem gai daw douk kohng?

我可以坐在這裡嗎？

Tôi ngồi đây được không?

Dtoy ngoy day douk kohng?

可能（可以……）嗎？

Có thể được không?

Gaw tay douk kohng?

或許可以。

Có lẽ được.

Gaw leh douk.

59. 似乎（好像）/ 看起來　*Có vẻ*　Gaw v[y]eh　🎧 1-59

這個帳單似乎（好像）不太對。

Hóa đơn này có vẻ không đúng.

Hwa duhn nai gaw veh kohng dung.

你看起來（似乎 / 好像）很累。

Anh có vẻ mệt.

Ahn gaw veh met [muht].

她看起來（似乎／好像）很傷心。

Cô ta có vẻ buồn.

Goh dta gaw veh bun.

這看起來（似乎／好像）是一個<u>不錯的</u>／<u>合理的</u>價錢。

Có vẻ <u>đúng</u>/<u>hợp lý</u>.

Gaw veh <u>dung</u>/<u>huhp</u> lee.

<u>似乎（好像）</u>／可能要下雨了。

Có <u>vẻ</u>/<u>thể</u> mưa.

Gaw <u>veh</u>/<u>tay</u> sheh mou-uh.

60. 需要　*Cần*　**Guhn**　🎧 1-60

哥哥／姊姊，你／妳要買幾個／多少？

Anh/Chị cần mua mấy cái?

Ahn/Ch[J]ee guhn mu-uh may [mai] gai?

☼ 請務必記得，*anh* 是使用在與您年紀相仿或者稍微大一點的男性身上的稱號，而 *chị* 則是使用在與您年紀相仿或者稍微大一點的女性身上的稱號。

我需要休息一下。

Tôi cần nghỉ.

Dtoy guhn ngyee.

我需要打盹 / 小睡一下。

Tôi cần ngủ.

Dtoy guhn ngu.

你需要幫忙嗎？

Anh có cần sự giúp đỡ không?

Ahn gaw guhn shou z[y]up duh kohng?

請（你）幫我。

Anh giúp tôi giùm.

Ahn z[y]up dtoy z[y]um.

☼ 使用在緊急狀況時，例如說，請人幫忙修理您的腳踏車、到醫院 / 診所看醫生等等。

你可以幫我嗎？

Anh giúp tôi được không?

Ahn z[y]up dtoy douk kohng?

我需要去廁所。（緊急的情況）

Tôi cần đi vệ sinh.

Dtoy guhn dee vay shihn.

我需要幫我的手機 / 電腦充電。

Tôi cần sạc pin điện thoại/máy vi tính.

Dtoy guhn shak bihn deen twai/mai vee dtihn.

「需要」通常表達的是一種「想要」或者「給我／幫我」的概念，如同以下的例句中所表示的：

我想要買一些阿斯匹靈（我需要一些阿斯匹靈）。

Tôi muốn mua mấy viên thuốc aspirin.

Dtoy mun mu-uh may veen thuk as-pi-rin.

請（賣）給我一個口罩（防止髒空氣用）。

Bán cho tôi một cái khẩu trang.

Ban[g] ch[j]aw dtoy moht gai koh t[j]rang.

現在我必須走了。（比較不緊急的情況）

Giờ tôi phải đi rồi.

Z[Y]uh dtoy fai dee roy.

我必須走了。（比較緊急的情況）

Tôi cần phải đi.

Dtoy guhn fai dee.

你需要（一些）什麼（東西）嗎？

Anh cần cái gì?

Ahn guhn gai z[y]ee?

61. 記得 & 忘記 *Nhớ & Quên* Nyuh/Gwen [Gwuhn] 1-61

我記得。

Tôi nhớ.

Dtoy nyuh.

我記不得了。

Tôi không thể nhớ.

Dtoy kohng tay nyuh.

我記不得我的密碼了。

Tôi không thể nhớ mật khẩu.

Dtoy kohng tay nyuh muht koh.

我不記得這個東西怎麼說。

Tôi không nhớ nói điều này ra sao.

Dtoy kohng nyuh nawy dyew nai ra show.

我忘記（地址）了。

Tôi quên (địa chi rồi).

Dtoy quen (dee-uh ch[j]ee roy).

明天不要忘記打電話。

Ngày mai, đừng quên gọi điện.

Ngai mai, doung gwen [gwuhn] gawy dien.

我忘記幫我的<u>手機</u>/<u>電腦充電</u>。

Tôi quên sạc điện thoại/vi tính.

Dtoy gwen [gwuhn] shak <u>dien twai</u>/<u>vee dtihn</u>.

62. 認爲／想／覺得／思考 *(Suy) Nghĩ* (Swee) ngyee 1-62

我（不）這麼認爲／想／覺得。

Tôi (không) nghĩ vậy.

Dtoy (kohng) ngyee v[y]ay.

我認爲／想你是對的。

Tôi nghĩ là bạn đúng.

Dtoy ngyee la ban[g] dung.

我正在思考。

Tôi đang suy nghĩ.

Dtoy dang swee ngyee.

朋友，你覺得如何？

Bạn nghĩ sao?

Ban[g] ngyee show?

朋友，你認爲／覺得這是一個好主意嗎？

Bạn có nghĩ đây là ý tưởng hay?

Ban[g] gaw ngyee day [dai] la ee dtoung hai?

朋友，你在想什麼？

Bạn đang nghĩ gì vậy?

Ban[g] dang ngyee z[y]ee v[y]ay?

朋友，你覺得會下雨嗎？

Bạn có nghĩ trời sẽ mưa?

Ban[g] gaw ngyee t[j]ruhy sheh mou-uh?

63. 結婚／有家庭 *Có gia đình* Gaw z[y]a dihn 1-63

哥哥／弟弟／妹妹，你／妳結婚了嗎？（對一位男性或者女性說的話）

Anh/Em có gia đình chưa?

Ahn/Am gaw z[y]a dihn ch[j]ou-uh?

☆ 字面上的意思是：你／妳已經有家庭了嗎？

另一種詢問此一問題的更明確的表達方式如下：

哥哥，你結婚了嗎？（對一位男性說的話）

Anh có vợ chưa?

Ahn gaw v[y]uh ch[j]ou-uh?

☆ 字面上的意思是：你有妻子嗎？

妹妹，妳結婚了嗎？（對一位比您年輕的女性說的話）

Em có chồng chưa?

Am gaw ch[j]ohng ch[j]ou-uh?

☆ 字面上的意思是：妳有丈夫嗎？

我已經結婚了。

Tôi có gia đình rồi.

Dtoy gaw z[y]a dihn roy.

☆ 字面上的意思是：我已經有家庭了。

另一種表達「我已經結婚了」的方式：

我已經結婚了。

Tôi kết hôn rồi.

Dtoy get hohn roy.

我還沒有<u>結婚</u>。

Tôi chưa có <u>vợ/chồng</u>.

Dtoy ch[j]ou-uh gaw <u>v[y]uh/ch[j]ohng</u>.

☺ 字面上的意思是：我還沒有妻子／丈夫。

我還是單身。

Tôi còn độc thân.

Dtoy gawn dohk tan.

我已經離婚了。

Tôi đã ly dị rồi.

Dtoy da lee dee roy.

你有多少個孩子？

Anh có bao nhiêu <u>cháu/con</u>?

Ahn gaw bow nyew <u>ch[j]ow/gawn</u>?

多少個<u>男孩</u>／<u>女孩</u>？

Bao nhiêu cháu <u>trai/gái</u>?

Bow nyew ch[j]ow <u>t[j]rai/gai</u>?

64. 年齡／歲數 *Tuổi* Dtuy 🎧 1-64

你今年年紀多大／幾歲了？（對一位男性說的話）

Anh năm nay bao nhiêu tuổi rồi?

Ahn nahm nai bow nyew dtuy roy?

☆ 雖然越南人可能會詢問您的年紀多大，但是，一般而言，詢問女性的年齡，或者詢問某位您不是非常熟悉的人的年齡，並不是非常有禮貌的作法。

對不起／抱歉／不好意思，我可以問一下（哥哥／姊姊／弟弟／妹妹）你／妳今年年紀多大了嗎？

Xin lỗi, cho tôi hỏi năm nay anh/chị/em bao nhiêu tuổi rồi?

Seen lawy, ch[j]aw dtoy hawy nahm nai ahn/ch[j]ee/am bow nyew dtuy roy?

☆ *anh* 指的是與您年紀相仿或者稍微年長一些的男性；*chị* 指的是與您年紀相仿或者稍微年長一些的女性；*em* 指的是比您年輕的男性或女性。所有這些都可以使用來代表「我」的意思。

我二十五歲了。

Em hai mươi lăm tuổi rồi.

Am hai mouy lahm dtuy roy.

我三十五歲了。

Tôi ba mươi lăm tuổi rồi.

Dtoy ba mouy lahm dtuy roy.

我四十歲了。

Tôi bốn mươi tuổi rồi.

Dtoy bohn mouy dtuy roy.

我五十歲了。

Tôi năm mươi tuổi rồi.

Dtoy nahm mouy dtuy roy.

（哥哥／姊姊，你／妳的）孩子幾個月了？

Cháu được mấy tháng rồi (anh/chị)?

Ch[J]ow douk may [mai] tang roy (ahn/ch[j]ee)?

（我的）孩子六個月大了。

Cháu được sáu tháng rồi.

Ch[J]ow douk show tang roy.

（我的）孩子一歲大了。

Cháu được một tuổi rồi.

Ch[J]ow douk moht dtuy roy.

姊姊，妳看起來很年輕。（年紀比較大的女性）

Chị nhìn trẻ quá hà.

Ch[J]ee nyeen t[j]reh gwa ha.

這間寺廟已經有多少年了？

Chùa này có bao nhiêu năm rồi?

Ch[J]u-uh nay gaw bow nyew nahm roy?

65. 天氣 *Thời tiết* Tuhy dteet 1-65

今天天氣如何？
Thời tiết hôm nay thế nào?
Tuhy dteet hohm nai tay now?

天空（正在）下雨。
Trời (đang) mưa.
T[J]ruhy (dang) mou-uh.

（天空）快要下雨了。
Trời sẽ mưa.
T[J]ruhy sheh mou-uh.

天氣晴朗。
Trời nắng.
T[J]ruhy nahng.

天氣炎熱。
Trời nóng.
T[J]ruhy nawng.

天氣涼爽。
Trời mát mẻ.
T[J]ruhy mat meh.

天氣寒冷。

Trời lạnh.

T[J]ruhy lahn.

好天氣

Thời tiết tốt

Tuhy dteet dtoht

壞天氣

Thời tiết xấu

Tuhy dteet soh

雨季

Mùa mưa

Mu-uh mou-uh

旱季

Mùa khô

Mu-uh koh

66. 熱 & 冷 *Nóng & Lạnh* Nawng & Lahn 🎧 1-66

Nóng 並不是使用來表示「辣」的意思。關於辣的表達方式，請參閱第三十二節的部分。

熱。／冷。

Nóng./Lạnh.

Nawng./Lahn.

太熱了嗎？

Nóng quá không?

Nawng gwa kohng?

太冷了嗎？

Lạnh quá không?

Lahn gwa kohng?

很（太）熱／很（太）冷。

Nóng/Lạnh quá.

Nawng/Lahn gwa.

浴室／淋浴間（蓮蓬頭）有熱水嗎？

Buồng tắm (vòi sen) có nước nóng không?

Bung dtahm (voi shen) gaw nouk nawng kohng?

房間裡有電風扇／空調嗎？

Phòng đó có quạt máy/máy lạnh không?

Fawng daw gaw gwat mai/mai lahn kohng?

☼ 越南語的扇子是 *cái quạt*（gai gwat），但是，這兩種表達方式可以互換使用。

給我熱茶／熱咖啡。

Cho tôi trà/cà phê nóng.

Ch[J]aw dtoy t[j]ra/ga fay nawng.

給我冷水。

Cho tôi nước lạnh.

Ch[J]aw dtoy nouk lahn.

67. 太／很／非常／這麼 *Quá* Gwa [Wa]　🎧 1-67

越南語非常難。

Tiếng Việt khó quá.

Dteeng Viet kaw gwa [wa].

☼ 請務必謹記，在南方方言中，*quá* 的音通常是發成「wa」。

英語很簡單。

Tiếng Anh dễ quá.

Dteen Ahn z[y]ay gwa [wa].

我很<u>累</u>／<u>餓</u>／<u>飽</u>。

Tôi <u>mệt</u>/<u>đói</u>/<u>no</u> quá.

Dtoy <u>met</u>/<u>dawy</u>/<u>naw</u> gwa [wa].

假使招待您的主人基於禮貌一再堅持要您再多吃一點，但是您真的已經吃不下的話，那麼您可以將上述例句的 *quá* 省略掉使用。如此一來，這個句子就僅僅意味著「我飽了」，同樣的句型也可以適用在其他的脈絡下。

我很渴。

Tôi khát nước quá.

Dtoy kat nouk gwa [wa].

太晚／遲了。

Trễ quá.

T[J]ray gwa [wa].

我來／到得太晚了（我遲到了）。

Tôi đến trễ quá.

Dtoy den [duhn] t[j]ray gwa.

妹妹，妳很漂亮。（適用於年輕女性）

Em đẹp quá.

Am dep gwa [wa].

哥哥／小姐／弟弟或妹妹，我很喜歡你／妳／你或妳。

Tôi rất mến anh/cô/em.

Dtoy ruht men ahn/goh/am.

價錢太昂貴了。

Đắt tiền quá.

Daht dteen gwa [wa].

上述的例句有一種比較輕鬆的說法是：

太貴了。

Mắc quá.

Mahk gwa [wa].

（價錢）很便宜／低廉。

Rẻ (tiền) quá.

Reh (dteen) gwa.

68. 時辰／時間／點鐘　*Giờ*　Z[Y]uh　🎧 1-68

幾點（了）？

Mấy giờ (rồi)？

May z[y]uh (roy)?

💭 關於詢問「多少次？」的問題，請參閱第十五節的部分。

一點（鐘）

Một giờ

Moht z[y]uh

兩點（鐘）

Hai giờ

Hai z[y]uh

三點（鐘）

Ba giờ

Ba z[y]uh

四點（鐘）

Bốn giờ

Bohn z[y]uh

五點（鐘）

Năm giờ

Nahm z[y]uh

六點（鐘）

Sáu giờ

Show z[y]uh

七點（鐘）

Bảy giờ

Bai z[y]uh

八點（鐘）

Tám giờ

Dtam z[y]uh

九點（鐘）

Chín giờ

Ch[j]een z[y]uh

十點（鐘）

Mười giờ

Mouy z[y]uh

十一點（鐘）

Mười một giờ

Mouy moht z[y]uh

十二點（鐘）

Mười hai giờ

Mouy hai z[y]uh

🔊 上述例句中所列舉的時刻，可以同時用來指稱午前和午後的時間。如果要更詳細表明的話，您可以在句尾加上「午前（a.m.）」（*sáng*，發音為「shang」）或者「午後（p.m.）」（*chiều*，發音為「ch[j]yew」）。例如說，「午前一點」的表達方式是 *Một giờ sáng*，「午後一點」的表達方式是 *Một giờ chiều*。但是，一般而言，「午前」或是「午後」通常都是從脈絡上來理解。有時候，您或許會聽到有人使用二十四小時的格式來講述時間，那麼，「十三時／點（鐘）」就是「午後一點」，「十四時／點（鐘）」就是「午後兩點」，以此類推。關於更多數字的表達方式，請參閱第十六節的部分。

一點十五分

Một giờ mười lăm phút

Moht z[y]uh mouy lahm fut

一點半（一點三十分）

Một giờ rưỡi

Moht z[y]uh rouy

一點四十五分

Một giờ bốn mươi lăm phút

Moht z[y]uh bohn mouy lahm fut

☼ *mười lăm* 的意思是「十五」。但是，請務必注意，在日常對話中，接在 *mười* 之後的 *năm*（五）會轉變成 *lăm*。*rưỡi* 的意思是「一半」。若使用在時間的表述上，這個詞表達的是「半小時」的意思。

火車將在十點二十五分離開。

Xe lửa sẽ rời lúc mười giờ hai mươi lăm phút.

Seh lou-uh sheh ruhy luk mouy z[y]uh hai mouy lahm fut.

電影在十點半開始播放。

Phim bắt đầu lúc mười giờ rưỡi.

Feem baht doh luk mouy z[y]uh rouy.

早晨／上午

Buổi sáng

Buy shang

下午（中午剛過，稍早的時分）

Đầu buổi trưa

Dow buy t[j]rou-uh

下午（稍晚的時分）

Cuối buổi trưa

Guy buy t[j]rou-uh

傍晚

Buổi chiều

Buy ch[j]yew

夜晚／晚上

Buổi tối

Buy dtoy

我將在明天早上離開。

Tôi sẽ rời sáng ngày mai.

Dtoy sheh ruhy shang ngai mai.

我們今天晚上出門吧。

Chúng tôi đi ra ngoài tối nay.

Ch[J]ung dtoy dee ra ngwai dtoy nai.

69. 日 & 夜 *Ngày & Đêm* Ngai & Dem 🎧1-69

昨天／今天／明天

Hôm qua/Hôm nay/Ngày mai

Hohm gwa/Hohm nai/Ngai mai

多少天／晚？

Bao nhiêu ngày/đêm?

Bow nyew ngai/dem?

一／二（兩）／三天

Một/Hai/Ba ngày

Moht/Hai/Ba ngai

今天是星期幾？

Hôm nay là ngày thứ mấy?

Hohm nai la ngai tou mai?

今天是幾號？

Hôm nay là ngày mấy?

Hohm nai la ngai mai?

哥哥／姊姊，你／妳今天在做什麼？

Anh/Chị làm gì hôm nay?

Ahn/Ch[J]ee lam z[y]ee hohm nai?

我們晚上可以在這裡做些什麼有趣的事？

Ban đêm ở đây làm gì thú vị?

Ban dem uh day lam z[y]ee tu vee?

後天

Ngày mốt

Ngai moht

前天

Ngày hôm trước

Ngai hohm t[j]rouk

70. 週／星期／禮拜 *Tuần* Dtwahn [Dtwuhn] 1-70

一／二（兩）／三週

Một/Hai/Ba tuần

Moht/Hai/Ba dtwahn

我們會在這裡待兩個星期／兩週。

Chúng tôi sẽ ở đây hai tuần.

Ch[J]ung dtoy sheh uh day hai dtwahn.

我們將於下個星期／禮拜離開。

Chúng tôi sẽ rời đây tuần sau.

Ch[J]ung dtoy sheh ruhy day dtwahn show.

哥哥／弟弟，你星期六在做什麼？

Anh/Em làm gì thứ bảy?

Ahn/Am lam z[y]ee tou bai?

哥哥／弟弟，你這個週末有空嗎？

Anh/Em có rảnh vào cuối tuần không?

Ahn/Am gaw ran vow guy dtwahn kohng?

一星期七天的稱法：

星期一
Thứ hai
Tou hai

星期二
Thứ ba
Tou ba

星期三
Thứ tư
Tou dtou

星期四
Thứ năm
Tou nahm

星期五
Thứ sáu
Tou show

星期六
Thứ bảy
Tou bai

星期日／天
Chủ nhật
Ch[j]u nyuht

💭 您也許已經注意到，越南語中的星期一至星期六使用的是數字「二」至「七」，而不是數字「一」至「六」。同樣的計數系統也使用在家族成員的稱號上，例如說，二姑姑（二阿姨）是年紀最大的姑姑（阿姨）。越南語中沒有大姑姑（大阿姨）。據說，這樣的計數系統是越南人設計來混淆他們逝去已久的祖先，讓他們可能無法記住這些後代子孫們究竟誰是誰。

71. 月　*Tháng*　**Tang** 🎧 1-71

這個月
Tháng này
Tang nai

上個月
Tháng trước
Tang t[j]rouk

下個月
Tháng tới
Tang dtuhy

一個／二（兩）個／三個月
Một/Hai/Ba tháng
Moht/Hai/Ba tang

哪個月？
Tháng nào?
Tang now?

一月
Tháng một.

Tang moht.

☼ 另一種表達「一月」的說法是 *Tháng giêng*（Tang z[y]eeng）。

二月
Tháng hai

Tang hai

三月
Tháng ba

Tang ba

四月
Tháng tư

Tang dtou

五月
Tháng năm

Tang nahm

六月
Tháng sáu

Tang show [sow]

七月
Tháng bảy
Tang bai

八月
Tháng tám
Tang dtam

九月
Tháng chín
Tang ch[j]een

十月
Tháng mười
Tang mouy

十一月
Tháng mười một
Tang mouy moht

十二月
Tháng mười hai
Tang mouy hai

72. 年 *Năm* **Nahm** 🎧 1-72
關於「年紀」的表達方式，請參閱第六十四節的部分。

一／二（兩）／三年

Một/Hai/Ba năm

Moht/Hai/Ba nahm

哥哥／姊姊，你／妳在這裡待多少年了？

Anh/Chị ở đây bao nhiêu năm rồi?

Ahn/Ch[J]ee uh day [dai] bow nyew nahm roy?

我已經在這裡待一年了。

Tôi ở đây được một năm rồi.

Dtoy uh day [dai] douk moht nahm roy.

哪一年？

Năm nào?

Nahm now?

今年

Năm nay

Nahm nai

去年

Năm trước

Nahm t[j]rouk

明年

Năm tới

Nahm dtuhy

1990年

Một ngàn chín trăm chín mươi

Moht ngan ch[j]een t[j]rahm ch[j]een mouy

☼ 您也可以只説數字的部分：một chín chín mươi。

2000年

Hai ngàn

Hai ngan

2011/2012年

Hai ngàn không trăm mười một/hai

Hai ngan kohng t[j]rahm mouy moht/hai

☼ 更簡短的表達方式是：hai ngàn mười môt。

2020年

Hai ngàn không trăm hai mươi

Hai ngan kohng t[j]ahm hai mouy

新年快樂！

Chúc mừng năm mới!

Ch[J]uk moung nahm muhy!

73. 旅館／大飯店 *Khách sạn* Kak shan[g] 🎧 1-73

我住在遠東旅館／大飯店。

Tôi đang ở khách sạn Viễn Đông.

Dtoy dang uh kak shan[g] Vien Dohng.

那家旅館／大飯店在哪裡？

Khách sạn đó ở đâu?

Kak shan[g] daw uh dow?

我要去遠東旅館／大飯店。（在計程車中說的話）

Tôi muốn đi đến khách sạn Viễn Đông.

Dtoy mun dee duhn kak shan[g] Vien Dohng.

我喜歡／不喜歡這家旅館／大飯店。

Tôi thích/không thích khách sạn này.

Dtoy tihk [tout]/kohng tihkh kak shan[g] nai.

這（裡）是我住的旅館／大飯店。

Đây là khách sạn nơi tôi ở.

Day [Dai] la kak shan[g] nuhy dtoy uh.

我（需）要一間單人／雙人房。

Tôi cần phòng đơn/đôi.

Dtoy guhn fawng duhn/doy.

一個晚上

Một đêm

Moht dem

兩個晚上

Hai đêm

Hai dem

三個晚上

Ba đêm

Ba dem

請給我房間鑰匙。

Anh đưa chìa khóa phòng tôi giùm.

Ahn dou-uh ch[j]ee-uh kwa fawng dtoy z[y]um.

有含早餐嗎？

Có bao gồm điểm tâm không?

Gaw bow gohm diem dtum kohng?

💡 另一種表達「早餐」的方式（尤其是在南方方言中）是 *ăn sáng*（ahn[g] shang）。在北方方言中，比較常見的表達用語是 *điểm tâm*。

早餐在哪裡提供？

Điểm tâm sẽ được phục vụ ở đâu?

Diem dtum sheh douk fuk vu uh dow?

我的房間在哪一層樓？

Phòng của tôi trên lầu nào?

Fawng gu-uh dtoy t[j]ruhn loh now?

空調／冷氣不會動。

Máy lạnh không chạy.

Mai lahn kohng ch[j]ai.

熱水器不會動／沒有熱水。

Nước nóng không chạy.

Nouk nawng kohng ch[j]ai.

房間裡有保險櫃／WI-FI嗎？

Trong phòng có tủ sắt/WI-FI không?

T[J]rawng fawng gaw dtu shaht/Wai Fai kohng?

☼ 「保險櫃」的另一種說法是 *két bạc*（get bak）。它在字面上的意思是「銀色的抽屜」。

這個房間太嘈雜／骯髒了。

Phòng này ồn/dơ bẩn quá.

Fawng nai ohn/z[y]uh buhn[g] gwa.

這個房間非常燥熱／有一股很重的霉味。

Phòng này nóng/có mùi mốc quá.

Fawng nai nawng/gaw muy mohk gwa.

哥哥，我要換另一間房間。

Anh, cho tôi phòng khác giùm.

Ahn, ch[j]aw dtoy fawng kak z[y]um.

🌀 字面上的意思是：哥哥（對方的稱呼語），請給我另一間房間。

74. 房子／住家 *Nhà* Nya 🎧 1-74

哥哥／姊姊，你／妳的房子／住家在哪裡？

Nhà anh/chị ở đâu?

Nya ahn/ch[j]ee uh dow?

這是我的住家／房子。

Đây là nhà của tôi.

Day [Dai] la nya gu-uh dtoy.

我的住家／房子位於黎文士街上，在橋的附近。

Nhà tôi trên đường Lê Văn Sỹ, gần cái cầu.

Nya dtoy t[j]uhn doung Lay Vahn[g] Shee, guhn gai gow.

我住在第三郡的一個朋友的住家／房子裡。

Tôi ở nhà bạn, trong quận ba.

Dtoy uh nya ban[g], t[j]rawng gwuhn ba.

我（現在）在家。

Tôi đang ở nhà.

Dtoy dang uh nya.

請隨意，就像在自己家裡一樣。

Xin anh cứ tự nhiên như ở nhà.

Seen ahn gou dtou nyeen nyou uh nya.

我想要租一間房子。

Tôi muốn thuê một cái nhà.

Dtoy mun tway moht gai nya.

租金多少錢？

Giá thuê bao nhiêu?

Z[Y]a tway bow nyew?

我要租一個／三個／六個月。

Cho thuê một/ba/sáu tháng.

Ch[J]aw tway moht/ba/show tang.

75. 美髮沙龍／髮廊 *Tiệm cắt tóc* Dteem gaht dtawk 1-75

這附近有哪一家美髮沙龍／髮廊嗎？

Có tiệm làm tóc nào gần đây không?

Gaw dteem lam dtawk now guhn day [dai] kohng?

💡 字面上的意思是：這附近有哪一家店可以幫我剪（整理）頭髮的嗎？

這附近有美髮沙龍／髮廊嗎？

Gần đây có tiệm cắt tóc không?

Guhn day [dai] gaw dteem gaht dtawk kohng?

哪一家是最棒的美髮沙龍／髮廊？

Tiệm nào cắt tóc đẹp nhất?

Dteem now gaht dtawk dep nyuht?

☼ 字面上的意思是：哪一家店剪的頭髮最漂亮？

　 在一個地區裡通常會有很多家美髮沙龍／髮廊。

我想去美髮沙龍／髮廊。

Tôi muốn đi đến tiệm cắt tóc.

Dtoy mun dee den [duhn] dteem gaht dtawk.

美髮沙龍／髮廊的相關詞彙

我要剪頭髮。

Tôi cần cắt tóc.

Dtoy guhn gaht dtawk.

☼ 在南方方言中，*tóc*（頭髮）的發音最接近「dtawp」。

剪短。

Cắt ngắn.

Gaht ngahn.

不要太短。

Đừng ngắn quá.

Doung ngahn gwa.

稍微修剪一下。

Chi tỉa gọn.

Ch[J]ee dtee-uh gawn.

☼ 字面上的意思是：只要修剪一下。

燙髮

Uốn tóc

Un dtawk

染髮

Nhuộm tóc

Nyum dtawk

我想要把頭髮染成<u>黑色</u> / <u>棕色</u> / <u>金色</u>。

Tôi muốn nhuộm tóc màu <u>đen</u>/<u>nâu</u>/<u>vàng</u>.

Dtoy mun nyum dtawk mow <u>den</u>/<u>noh</u>/<u>v[y]ang</u>.

洗頭 / 頭皮按摩

Gội đầu

Gawy dow

☼ 在越南的美髮沙龍 / 髮廊，洗頭時同時也施行頭皮按摩。

你想要用什麼樣的洗髮精？

Anh muốn dùng dầu gội đầu gì?

Ahn mun z[y]ung z[y]oh gawy dow z[y]ee?

☼ 不要將 xà bông（肥皂）、xà phòng（洗潔劑）和 dầu gọi đầu（洗髮精）的
說法混淆。

（手）輕一點

Nhẹ hơn

Nyeh huhn

（手）重／用力一點

Mạnh hơn

Mahn huhn

會痛。

Đau.

Dow.

很痛。（手請輕一點。）

Đau quá. (Xin nhẹ tay giùm.)

Dow gwa. (Seen nheh dtay z[y]um.)

☼ 比較常用的表達方式是只說 *Nhẹ hơn*（輕一點）。

美甲服務

Làm móng tay

Lam mawng dtay

美足服務

Làm móng chân

Lam mawng ch[j]uhn

---

76. 酒吧 "Bar" Ba(r) 🎧 1-76

越南語中並沒有與「bar」（酒吧）這個西方語彙相對等的詞，因此，您可以使用「bar」這個英文詞彙來指稱酒吧，只是不要太強調「r」的音。Bar 通常指的是西式的飲酒場所，裡頭經常會播放非常大聲量的音樂。要說去一間「安靜的酒吧」，其實是非常少見的說法。也許有一些咖啡館，除了提供咖啡與果汁以外，經常也會提供含酒精的飲料。

（我們）去酒吧吧。

Hãy đi "bar".

Hai dee ba(r).

（我們）去喝一杯吧。（含酒精的飲料）

Hãy đi uống rượu.

Hai dee ung rou-u.

另一種說法是：

我們去喝酒玩樂吧。

Hãy đi nhậu.

Hai dee nyow.

☆ nhậu 是越南人在指稱「喝酒玩樂」所使用的詞彙。這樣的活動可以在家裡舉行，也可以在餐廳裡，在大街上，或者在咖啡館裡——但是，重點非常明確地在於飲用含酒精的飲料。

這附近有哪一家酒吧嗎？

Gần đây có cái "bar" nào không?

Guhn day [dai] gaw gai ba(r) now kohng?

這附近有沒有哪一家很讚的酒吧？（我正在找一家很讚的酒吧）

Gần đây có cái "bar" nào tuyệt vời không?

Guhn day [dai] gaw gai ba(r) now dtweet v[y]uhy kohng?

🙂 字面上的意思是：這附近有哪一家很讚的酒吧嗎？

這家酒吧很棒。

Cái "bar" này rất hay.

Gai ba(r) nai ruht hai.

我喜歡／不喜歡這家酒吧。

Tôi thích/không thích cái "bar" này.

Dtoy tihk/kohng tihk gai ba(r) nai.

這家酒吧太嘈雜了。

Cái "bar" này ồn quá.

Gai ba(r) nai ohn gwa.

我們去另一家酒吧吧。

Chúng ta đi qua "bar" khác.

Ch[J]ung dta dee gwa ba(r) kak.

（我們）在Q酒吧見。

Hẹn gặp anh ở Q "bar".

Hen gahp ahn uh Q ba(r).

☀ Q酒吧是一家座落於胡志明市歌劇院的酒吧，位在市中心第一郡內。

載我／送我去Q酒吧。

Đưa tôi đến Q "bar".

Dou-uh dtoy den [duhn] Q ba(r).

我想去夜店。

Tôi muốn đi đến "club".

Dtoy mun dee den [duhn] "cluh(p)".

我們去跳舞吧。

Chúng ta hãy đi nhảy.

Ch[J]ung dta hai dee nyai.

77. 香菸 *Thuốc lá* Tuk la 🎧 1-77

你抽菸嗎？

Anh hút thuốc lá không?

Ahn hut tuk la kohng?

☀ 在越南，如果有人詢問您抽不抽菸的話，他們往往會在問的同時順便提供您一支香菸，因此，他們並不會特地詢問您：「要不要來一根？」

我不（會）抽菸。

Tôi không (biết) hút thuốc.

Dtoy kohng (biek) hut touk.

💡 *biết* 的意思是「懂／知道／會」，這讓整個句子聽起來像是此人在說「我不知道怎麼抽菸／我不會抽菸」，但是，這樣的表達方式除了比較帶有「尚未有過抽菸的經驗」的含意之外，同時也意味著「沒有抽菸的意願」。

給我（我要）一支香菸。

Cho tôi một điếu thuốc.

Ch[J]aw dtoy moht dyew thuk.

我可以在哪裡買到香菸？

Tôi có thể mua thuốc lá ở đâu?

Dtoy gaw tay mu-uh tuk la uh dow?

你有賣香菸嗎？

Anh có bán thuốc lá không?

Ahn gaw ban[g] tuk la kohng?

給我（我要買）一支香菸。

Cho tôi một điếu thuốc.

Ch[J]aw dtoy moht dyew tuk.

💡 字面上的意思是：給我一支香菸。這個例句使用在當您要購買一支或者數支香菸的時候。在越南的大多數地區，香菸通常都是可以單支販賣的。

給我<u>一包</u>/<u>一盒</u>香菸。

Cho tôi một <u>gói</u>/<u>hộp</u> thuốc.

Ch[J]aw dtoy moht <u>gawy</u>/<u>hohp</u> tuk.

我不喜歡香菸的味道。

Tôi không thích mùi thuốc lá.

Dtoy kohng tihk [tout] muy tuk la.

我聞到香菸的味道。

Tôi ngửi thấy mùi thuốc.

Dtoy ngouy tay muy tuk.

我可以在這裡抽菸嗎？

Tôi hút thuốc ở đây được không?

Dtoy hut tuk uh day [dai] douk kohng?

抱歉，但是您不可以在這裡抽菸。

Xin lỗi, nhưng anh không được hút thuốc ở đây.

Seen lawy, nyoung ahn kohng douk hut tuk uh day [dai].

你有火柴嗎？

Anh có diêm quẹt không?

Ahn gaw z[y]eem gwet kohng?

你有打火機嗎？

Anh có quẹt máy không?

Ahn gaw gwet mai kohng?

☀ 在南方方言中，「打火機」的另一種表達方式是 *hộp quẹt*（hohp wet）。

請給我一個菸灰缸。
Làm ơn, đem cho tôi một cái gạt tàn thuốc.
Lam uhn, dem ch[j]aw dtoy moht gai gat dtan tuk.

78. 郵局　*Bưu điện*　Bu dien　🎧 1-78

在這附近有郵局嗎？
Ở gần đây có bưu điện không?
Uh guhn day [dai] gaw bu dien[g] kohng?

你可以指引我往郵局的路徑嗎？（你可以告訴我去郵局怎麼走嗎？）
Anh chỉ đường cho tôi đến bưu điện được không?
Ahn ch[j]ee doung ch[j]aw dtoy den bu dien[g] douk kohng?

我想去郵局／載我去郵局。（對計程車司機說的話）
Tôi muốn đi bưu điện.
Dtoy mun dee bu dien[g].

☀ 字面上的意思是：我想去郵局。
西貢的郵政總局的全稱為「Bưu Điện Thành Phố Hồ Chí Minh」。

我想要寄這封信。
Tôi muốn gửi lá thư này.
Dtoy mun gouy la tou nai.

我想要寄這個包裹／這張明信片。

Tôi muốn gửi cái hộp/bưu thiếp này.

Dtoy mun gouy gai hohp/bu teep nai.

寄這封信到美國要多少錢？

Gửi lá thư này đến Mỹ thì giá bao nhiêu?

Gouy la tou nai den Mee tee z[y]a bow nyew?

我要寄掛號。

Tôi muốn gửi bảo đảm.

Dtoy mun gouy bow dam.

☀ 字面上的意思是：我想要寄掛號。

你可以幫我寄這個嗎？

Anh gửi cái này cho tôi được không?

Ahn gouy gai nai ch[j]aw dtoy douk kohng?

79. 報紙 *Báo* Bow 1-79

你有英文報紙嗎？

Anh có báo tiếng Anh không?

Ahn gaw bow dteeng Ahn kohng?

我可以在哪裡買到英文報紙？

Tôi có thể mua báo tiếng Anh ở đâu?

Dtoy gaw tay mu-uh bow dteeng Ahn uh dow?

我要一份報紙。

Tôi muốn một tờ báo.

Dtoy mun moht dtuh bow.

☼ 字面上的意思是：我想要買一份報紙。

這份報紙多少錢？

Tờ báo này bao nhiêu?

Dtuh bow nai bow nyew?

我正在看報紙。

Tôi đang đọc báo.

Dtoy dang dawk bow.

那是今天的報紙嗎？

Đó phải là báo ngày hôm nay không?

Daw fai la bow ngai hohm nai kohng?

那本雜誌好嗎？

Tạp chí đó hay không?

Dtap ch[j]ee daw hai kohng?

我喜歡／不喜歡這本雜誌。

Tôi thích/không thích tạp chí này.

Dtoy tihk/kohng tihk dtap ch[j]ee nai.

☼ 務必記得，*thích* 在南方方言中的發音比較類似「tout」。

80. 收音機 & 電視 *Rađiô & TV* **Ra dee oh & Dtee vee** 1-80

請把電視音量調高。

Anh bật lên TV giùm.

Ahn buhk luhn TV z[y]um.

另一種表達「電視」的説法是 *truyền hình*，但是大多數人都是使用 *TV* 這個詞彙。

請把收音機音量調低。

Anh giảm cái rađiô giùm.

Ahn z[y]am gai ra-dee-oh z[y]um.

請打開電視。

Anh mở TV giùm.

Ahn muh TV z[y]um.

請關掉收音機。

Anh tắt rađiô giùm.

Ahn dtaht ra-dee-oh z[y]um.

請打開 / 關掉音樂。

Mở/Tắt nhạc giùm.

Muh/Dtaht nyak z[y]um.

音樂 / 收音機 / 電視太大聲。

Nhạc/Máy rađiô/TV ồn quá.

Nhak/Mai ra-dee-oh/TV ohn gwa.

收音機／電視不能使用（不會動）。

Máy rađiô/TV đó không dùng được.

Mai ra-dee-oh/TV daw kohng z[y]ung douk.

請轉臺。

Anh đổi đài giùm.

Ahn duhy dai z[y]um.

我（不）喜歡這個音樂。

Tôi (không) thích nhạc này.

Dtoy (kohng) tihk [tout] nyak nai.

81. 電話 *Điện thoại* Dien[g] twai 1-81

可以告訴我你的電話號碼嗎？

Cho biết số điện thoại của anh?

Ch[J]aw biek shoh dien[g] twai gu-uh ahn?

我的電話號碼是0912345678。

Số điện thoại của tôi là "không chín một hai ba bốn năm sáu bảy tám.

Shoh dien[g] twai gu-uh dtoy la "kohng ch[j]een moht hai ba bohn nahm show bai dtam".

那支行動電話是什麼牌子？（行動電話的品牌）

Điện thoại di động đó hiệu gì?

Dien[g] twai z[y]ee dohng daw hyew z[y]ee?

155

我可以在哪裡買到行動電話？

Ở đâu tôi có thể mua cái điện thoại di động?

Uh dow dtoy gaw tay mu-uh gai dien[g] twai z[y]ee dohng?

這款行動電話可以在美國使用嗎？

Cái điện thoại này có xài bên Mỹ được không?

Gai dien[g] twai nai gaw sai ben [boun] Mee douk kohng?

我可以借用你的（行動）電話嗎？

Tôi dùng điện thoại cuả anh được không?

Dtoy z[y]ung dien[g] twai gu-uh ahn douk kohng?

我想要借用（行動）電話。

Tôi cần dùng điện thoại.

Dtoy guhn z[y]ung dien[g] twai.

☼ 字面上的意思是：我需要借用（行動）電話。

你可以使用我的（行動）電話。

Anh có thể xài điện thoại của tôi.

Ahn gaw tay sai dien[g] twai gu-uh dtoy.

我遺失了我的（行動）電話。

Tôi làm mất điện thoại của tôi.

Dtoy lam muht dien[g] twai gu-uh dtoy.

☼ 字面上的意思是：我弄丟了我的（行動）電話。

我的（行動）電話被偷了。

Điện thoại của tôi bị ăn cắp rồi.

Dien[g] twai gu-uh dtoy bee ahn[g] gahp roy.

我的（行動）電話壞掉了。

Điện thoại của tôi bị hư.

Dien[g] twai gu-uh dtoy bee hou.

（我的行動）電話沒電了。

Điện thoại không còn pin.

Dien[g] twai kohng gawn bihn.

（我的行動）電話需要充電。

Điện thoại cần sạc pin.

Dien[g] twai guhn shak bihn.

我需要購買電池／充電器。

Tôi cần mua pin/đồ nạp điện.

Dtoy guhn mu-uh bihn/doh nap dien[g].

我想要幫我的（行動）電話買一個新的保護殼。

Tôi muốn mua một cái vỏ mới cho điện thoại của tôi.

Dtoy [Dtuy] mun mu-uh moht gai v[y]aw muhy ch[j]aw dien twai gu-uh dtoy [dtuy].

我需要購買一張SIM卡／一支（行動）電話。

Tôi cần mua thẻ SIM/điện thoại.

Dtoy guhn mu-uh teh SEEM/dien[g] twai.

我可以在哪裡（幫我的行動電話）充電？

Tôi có thể sạc pin ở đâu?

Dtoy gaw tay shak bihn uh dow?

充電插座在哪裡？

Ổ cắm điện ở đâu?

Oh guhm dien[g] uh dow?

傳簡訊給我。

Gửi tin nhắn cho tôi.

Z[y]ouy dteen nyahn ch[j]aw dtoy [dtuy].

那條連結無法開啓。

Đường link đó không kết nối được.

Doung link daw kohng ket nawy douk.

如何將那個應用程式下載到我的（行動）電話？

Làm sao để tải ứng dụng đó về điện thoại của tôi?

Lam show day dtai oung z[y]ung daw v[y]ay dien twai gu-uh dtoy [dtuy].

82. 打電話／呼叫 *Gọi* Gawy 🎧 1-82

打電話給我。

Gọi tôi.

Gawy dtoy.

我需要打一通<u>市內電話</u>／<u>國際電話</u>。

Tôi cần gọi địa phương/quốc tế.

Dtoy guhn gawy <u>dee-uh foung/gwohk dtay</u>.

我需要打電話到美國。

Tôi cần gọi qua Mỹ.

Dtoy guhn gawy gwa Mee.

不好意思，請撥1-713-468-0123。

Xin gọi giùm số "một – bảy - một – ba – bốn – sáu – tám – không - một – hai – ba".

Seen, gawy z[y]um shoh "moht bai moht ba bohn show dtam kohng moht hai ba".

我明天打電話給你。

Tôi sẽ gọi anh ngày mai.

Dtoy sheh gawy ahn ngai mai.

哥哥／姊姊，我錯過了（沒有接到）你／妳的電話。

Tôi bị nhỡ cuộc gọi của anh/chị.

Dtoy bee nhuh guk gawy gu-uh ahn/ch[j]ee.

我要叫計程車。

Tôi sẽ gọi xe tắc xi.

Dtoy sheh gawy seh dtahk-see.

我已經叫計程車了。

Tôi đã gọi xe tắc xi.

Dtoy da gawy seh dtahk-see.

你可以幫我叫計程車嗎？

Anh gọi xe tắc xi giùm tôi được không?

Ahn gawy seh dtahk-see z[y]um dtoy douk kohng?

你打電話／叫（計程車）了嗎？

Anh gọi chưa?

Ahn gawy ch[j]ou-uh?

請叫<u>救護車</u>／<u>醫生</u>。

Anh gọi xe cứu thương/bác sĩ giùm.

Ahn gawy <u>seh gu toung</u>/<u>bak shee</u> z[y]um.

<u>報警</u>。

Gọi cảnh sát đi.

Gawy <u>gahn shat</u>[k] dee.

☼ 這是一種命令句的形式，根據使用語調的不同，此一例句可以帶有更多建議的意味。

83. 電腦 *Máy vi tính* **Mai vee dtihn** 🎧 1-83

我需要（使用）電腦。

Tôi cần máy vi tính.

Dtoy guhn mai vee dtihn.

我可以借用你的電腦嗎？

Tôi dùng máy vi tính của anh được không?

Dtoy z[y]ung mai vee dtihn gu-uh ahn douk kohng?

我可以在哪裡幫我的電腦充電／接上電腦的電源？

Tôi có thể sạc máy vi tính ở đâu?

Dtoy gaw tay shak mai vee dtihn uh dow?

我的電腦壞掉了。

Máy vi tính của tôi đang bị hư.

Mai vee dtihn gu-uh dtoy dang bee hou.

你可以修理我的電腦嗎？

Anh có thể sửa máy vi tính của tôi không?

Ahn gaw tay shou-uh mai vee dtihn gu-uh dtoy kohng?

哪裡有電腦商店？

Tiệm máy vi tính ở đâu?

Dtiem mai vee dtihn uh dow?

我想去電腦商店。

Tôi muốn đi đến tiệm máy vi tính.

Dtoy mun dee den [duhn] dtee-em mai vee dtihn.

我需要購買一臺電腦／一顆電池。

Tôi cần mua cái máy vi tính/pin.

Dtoy guhn mu-uh gai mai vee dtihn/bihn.

我需要購買<u>電源線</u>／<u>轉接頭</u>。

Tôi cần mua dây điện/dây nối điện.

Dtoy guhn mu-uh z[y]ay dien/z[y]ay noy dien[g].

開啟（開機）/關閉（關機）

Mở/Tắt

Muh/Dtaht

休眠

Ngủ

ngu

你有印表機嗎？

Anh có máy in không?

Ahn gaw mai een kohng?

墨水

Mực in

Mouk een

84. 網際網路 *"Internet"* Een-dter-net 1-84

這裡有（網際）網路嗎？

Ở đây có "internet" không?

Uh day [dai] gaw een-dter-net kohng?

我需要看我的電子郵件。

Tôi cần coi "email".

Dtoy guhn gawy ee-meh.

你的（行動）電話可以連上（網際）網路嗎？

Điện thoại anh nhận được "internet" không?

Dien twai ahn nyuhn douk een-dter-net kohng?

（網際）網路無法使用。

Internet không sử dụng được.

Een-dter-net kohng shou z[y]ung douk.

這裡有Wi-Fi嗎？

Ở đây có Wi-Fi không?

Uh day [dai] gaw Wi-Fi kohng?

哪一個Wi-Fi系統？

Hệ thống Wi-Fi nào?

Hay tohng Wi-Fi now?

Wi-Fi的使用者名稱／密碼是什麼？

Tên người dùng/password của Wi-Fi này là gì?

Dten ngouy z[y]ung/pass-wert gu-uh Wi-Fi nay la z[y]ee?

你的電子郵件地址／網頁是什麼？

Địa chỉ email/website của anh là gì?

Dee-uh ch[j]ee ee-meh/web-sai gu-uh ahn la z[y]ee?

我的電子郵件地址是sam@gmail.com。

Địa chỉ email của tôi là: sam a còng gmail chấm com.

Dee-uh ch[j]ee ee-meh gu-uh dtoy la: sam a gawng gmail ch[j] ahm gawm.

☼ 越南語中代表@的詞彙是 *a còng*。

我的網址是www.InstantVietnamese.com。

Địa chi website là "www chấm Instant Vietnamese chấm com".

Dee-uh ch[j]ee web-sai la "duh-bluh vee, duh-bluh vee, duh-bluh vee ch[j]ahm Instant Vietnamese ch[j]ahm gawm".

這裡的（網際）網路非常慢／快。

Internet ở đây rất chậm/nhanh.

Een-dter-net uh day [dai] ruht ch[j]ahm/nyahn.

寄電子郵件給我。

Gửi email cho tôi.

Gouy ee-meh ch[j]aw dtoy.

用的是什麼應用程式？

Xài ứng dụng gì vậy?

Sai oung z[y]ung z[y]ee v[y]ay?

哥哥／朋友，可以把那條連結寄給我嗎？

Anh/Bạn gửi dùm tôi đường link đó được không?

Ahn/Ban[g] z[y]ouy z[y]um dtoy [dtuy] doung link daw douk kohng?

哥哥／朋友，你使用Whatsapp嗎？

Anh/Bạn có sử dụng Whatsapp không?

Ahn/Ban[g] gaw shou z[y]ung Whatsapp kohng?

你的使用者名稱是什麼？

Tên đăng nhập của anh là gì?

Dtehn dahng nyap gu-uh ahn la z[y]ee?

把我加入臉書的好友！

Kết bạn với tôi trên Facebook đi!

Ket ban[g] v[y]uhy dtoy [dtuy] t[j]ruhn Facebook dee.

字面上的意思是：跟我在臉書上交朋友！

哥哥／朋友，你看過這個網站了嗎？

Anh/Bạn có thấy trang web này chưa?

Ahn/Ban[g] gaw tay t[j]rang web nai ch[j]ou-uh?

打開你的藍芽。

Mở bluetooth của anh đi.

Muh Bluetooth gu-uh ahn dee.

打開地圖到……。

Mở bản đồ đi ...

Muh ban daw dee ...

我要如何登入／登出？

Tôi muốn lên/ra làm sao?

Dtoy mun len/ra lam show?

85. 帶／（拿）給 *Đem* Dem 🎧 1-85

帶著你的外套／帽子／太陽眼鏡。

Đem theo áo lạnh/nón/kính mát.

Dem teh-oh ow lahn/nawn/gihn mat.

攜帶一把雨傘。

Đem theo cái dù.

Dem teh-oh gai z[y]u.

（端）給我一杯甜牛奶咖啡（冰）。

Đem cho tôi một ly cà phê sữa đá,

Dem ch[j]aw dtoy moht lee ga fay shou-uh da.

我要外帶（回家吃）。

Tôi muốn đem đồ ăn về.

Dtoy mun dem doh ahn[g] v[y]ay.

（我要）外帶。

(Tôi muốn) đem đi.

(Dtoy mun) dem dee.

你有帶（行動）電話嗎？

Anh có đem theo điện thoại không?

Ahn gaw dem teh-oh dien twai kohng?

帶你的朋友來。

Đem bạn anh theo.

Dem ban[g] ahn teh-oh.

我有帶我的電腦。

Tôi có đem theo máy vi tính của tôi.

Dtoy gaw dem teh-oh mai vee dtihn gu-uh dtoy.

請再給我一雙筷子。

Đem cho tôi một đôi đũa khác giùm.

Dem ch[j]aw dtoy moht doy du-uh kak z[y]um.

請給我一條冷毛巾（擦手巾）。

Đem cho tôi khăn lạnh giùm.

Dem ch[j]aw dtoy kahn lahn[g] z[y]um.

☼ 在越南大多數的餐廳和咖啡館裡，最先出現在桌面上的是一杯冰茶和一條冷毛巾（擦手巾），讓您可以先消消暑氣。冷毛巾會用塑膠袋包裝送上來，倘若您拆開包裝使用的話，店家通常會收取一點費用，冰茶則是免費。

請（拿）給我帳單。

Đem hóa đơn giùm.

Dem hwa duhn z[y]um.

阿兄（對侍者的稱呼），帳單（結帳）。

Anh ơi, tính tiền.

Ahn uhy, dtihn [dtoun] dteen.

☼ 如果男侍者或女侍者看起來比您年輕的話，請說 *Em ơi*（阿弟／阿妹）來喚
得他們的注意。關於其他的稱呼語形式，請參閱第六節的部分。

86. 小孩 & 嬰兒 *Con & Em bé* Gawn & Am beh 1-86

你有幾個小孩？

Anh có mấy đứa con?

Ahn gaw mai dou-uh gawn?

一個／兩個／三個／四個小孩

Một/hai/ba/bốn con

Moht/hai/ba/bohn gawn

獨生子

Con một

Gawn moht

男孩／女孩

Trai/Gái

T[J]rai/Gai

小嬰兒（小寶寶）太<u>瘦</u>／<u>胖</u>了。

Em bé <u>ốm</u>/<u>mập</u> quá.

Am beh <u>ohm</u>/<u>mahp</u> gwa.

☼ *em bé* 指的是非常小的小孩，有時候，我們會直接稱為小嬰兒／小寶寶。

小嬰兒（小寶寶）長得很<u>好看</u>／<u>很漂亮</u>。

Em bé <u>xinh</u>/<u>đẹp</u> quá.

Am beh <u>sihn</u>/<u>dep</u> gwa.

☼ *xinh* 與 *đẹp* 只能夠用來形容女寶寶們，形容男寶寶們可以使用 *đẹp trai*（英俊）一詞。

可愛

Dễ thương

V[Y]ay toung

☼ 字面上的意思是：惹人愛、令人喜愛。

我可以抱一下你的寶寶嗎？

Tôi có thể ẫm em bé được không?

Dtoy gaw tay uhm am beh douk kohng?

☼ 在越南，即使是陌生人也會經常想要抱抱您的寶寶，並且逗著他／她玩。他們也許不會事先徵詢您的同意。

哥哥／弟弟，你的小孩叫什麼名字？

Con của anh/em tên gì?

Gawn gu-uh ahn/em dten z[y]ee?

你的小孩幾歲了？

Con của anh mấy tuổi rồi?

Gawn gu-uh ahn may [mai] dtuy roy?

這對小孩來說安全嗎？

Đó có an toàn cho trẻ em không?

Daw gaw an[g] dtwahn ch[j]aw t[j]reh am kohng?

兒童票多少錢？

Vé cho trẻ em bao nhiêu?

V[Y]ey ch[j]aw t[j]reh am bow nyew?

哪裡有賣嬰兒用品／嬰兒服／嬰兒食品？

Ở đâu bán đồ/quần áo/sữa cho em bé?

Uh dow ban[g] doh/gwoun[g] ow/shou-uh ch[j]aw am beh?

☼ *quần* 的意思是「褲子」，而 *áo* 的意思是「上衣」。兩個詞合在一起的意思就是「衣服」。

我的小孩（現在／正在）……

Con của tôi đang ...

Gawn gu-uh dtoy dang ...

……生病。

... bệnh.

… behn [buhn].

……很累／很疲倦。

... mệt.

… meht [muht].

……鬧脾氣。

... quạu.

… gwow.

……肚子餓。

... đói.

… dawy.

……口渴。

... khát.

… kat.

……哭。

... khóc.

… kaw(k).

……拉肚子。

... đau bụng.

… dow bung.

87. 閱讀 *Đọc* Dawk [Dawp] 🎧 1-87

我正在閱讀書籍／看書。

Tôi đang đọc sách.

Dtoy dang dawk shahk.

☆ 在南方方言中，*sách* 的發音比較像是「saht」。

你看得懂越南字嗎？

Anh đọc chữ Việt được không?

Ahn dawk ch[j]ou Viet douk kohng?

我看得懂一點（越南）字。

Tôi đọc được một chút chữ (Việt).

Dtoy dawp douk moht ch[j]ut ch[j]ou (Viet).

閱讀書籍很容易／很困難。

Đọc sách dễ/khó lắm.

Dawk shahk day/kaw lahm.

在這附近有書店嗎？

Ở gần đây có tiệm sách không?

Uh guhn day [dai] gaw dteem shahk kohng?

這本／那本書多少錢？

Cuốn sách này/đó giá bao nhiêu?

Gun shahk nai/daw z[y]a bow nyew?

我想要買越南語的烹飪書。

Tôi muốn mua sách nấu ăn bằng tiếng Việt.

Dtoy mun mu-uh shahk noh ahn[g] bahng dteeng Viet.

我想要買這本書。

Tôi muốn mua quyển sách này.

Dtoy mun mu-uh gwen shahk nai.

☼ *quyển sách* 的意思可以是「一本書」或是「一卷／系列套書」，而 *cuốn sách* 則是一般用來泛稱「一本書」的詞彙。同樣地，*sách* 這個詞經常被單獨使用來代表「書」的意思。

88. 市場　*Chợ*　Ch[J]uh　🎧 1-88

市場在哪裡？

Chợ ở đâu?

Ch[J]uh uh dow?

我們去市場吧。

Chúng ta hãy đi chợ.

Ch[J]ung dta hai dee ch[j]uh.

我想去市場／超級市場。

Tôi muốn đi chợ/siêu thị.

Dtoy mun dee ch[j]uh/syew tee.

我（不）喜歡這個市場。

Tôi (không) thích chợ này.

Dtoy (kohng) tihk [tout] ch[j]uh nai.

在這附近有市場嗎？

Ở gần đây có chợ không?

Uh guhn day [dai] gaw ch[j]uh kohng?

哪一家市場賣很多<u>紀念品</u> / <u>食物</u> / <u>衣服</u>？

Chợ nào bán nhiều <u>quà lưu niệm</u>/<u>thức ăn</u>/<u>quần áo</u>?

Ch[J]uh now ban[g] nyew <u>gwa lu niem</u>/<u>touk ahn[g]</u>/<u>gwoun[g] ow</u>?

我沒有（很多）錢。

Tôi không có (nhiều) tiền.

Dtoy kohng gaw (nyew) dteen.

☼ 這是一個用來議價的很好的說法。更多關於購物的表達用語，請參閱第
九十節的部分。

89. 錢 *Tiền* Dteen[g] 或 Dien 🎧 1-89

我沒有足夠的錢。

Tôi không có đủ tiền.

Dtoy kohng gaw du dteen[g].

我想去銀行／ATM。

Tôi muốn đi đến ngân hàng/máy ATM.

Dtoy mun dee den ngan[g] hang/mai ATM.

我需要換錢。

Tôi cần đổi tiền.

Dtoy guhn doy dteen[g].

你知道我可以在哪裡換錢嗎？

Anh biết tôi có thể đổi tiền ở đâu không?

Ahn biek dtoy gaw tay doy dteen[g] uh dow kohng?

你需要多少錢？

Anh cần bao nhiêu?

Ahn duhn bow nyew?

我的錢花光了。

Tôi hết tiền rồi.

Dtoy het [huht] dteen[g] roy.

☾ 在北方方言中，「r」的音通常會發成「zr」的音。

請給我帳單。

Cho tôi xin hóa đơn.

Ch[J]aw dtoy seen hwa duhn.

175

比較非正式的請求帳單的表達方式是：

> 阿兄（對侍者的稱呼），結帳。
>
> *Anh ơi, tính tiền.*
>
> **Ahn uhy, dtihn [dtoun] dteen[g].**

🔊 在越南，使用美金來支付大額的款項是很常見的。美金也可以說成 *đô* （doh），而且經常會寫成 *mỹ kim* （mee gihm）。

90. 買 & 賣 *Mua & Bán* Mu-uh & Ban[g] 🎧 1-90

我想要買 / 賣……

Tôi muốn mua/bán ...

Dtoy mun mu-uh/ban[g] …

她 / 他在賣什麼？

Cô/Anh ấy bán gì?

Goh/Ahn ai ban[g] z[y]ee?

小姐 / 哥哥，妳 / 你在賣什麼？

Cô/Anh bán cái gì?

Goh/Ahn ban[g] gai z[y]ee?

我不想 / 不需要買任何東西。

Tôi không muốn/cần mua gì cả.

Dtoy kohng mun/guhn mu-uh z[y]ee ga.

我只是看看而已。

Tôi chỉ xem thôi.

Dtoy ch[j]ee sem toy.

你在哪裡買到那個（東西）的？

Anh mua cái đó ở đâu?

Ahn mu-uh gai daw uh dow?

那個（食物）／那個（東西）多少錢？

Món đồ/Cái đó giá bao nhiêu?

Mawn doh/Cai daw z[y]a bow nyew?

☆ *món đồ* 可以使用來指稱或列舉食物的品目——例如菜單上的菜餚條目——或者其他的事物。*cái đó* 不能使用來指稱食物，但可以使用來指稱其他的事物。

這是最好的價格嗎？

Phải đó là giá tốt nhất không?

Fai daw la z[y]ee-uh dtoht nyuht kohng?

姊姊，妳可以打折嗎？

Chị có thể bớt được không?

Ch[J]ee gaw tay buht douk kohng?

太貴了。

Mắc/Đắt tiền quá.

Mak/Daht dteen gwa.

☆ *mắc* 與 *đắt* 兩個詞通常都可以使用來表示「昂貴」的意思。

我付五十（千盾）買那個（東西）。

Tôi trả năm mươi (ngàn đồng) cho cái đó.

Dtoy t[j]ra nahm mouy (ngan dohng) ch[j]aw gai daw.

在討論價格之時，「千」（ngàn）與「盾」（đông）的詞彙通常都是雙方已經理解的，因此一般而言都會被省略掉。

我不需要那麼多。

Tôi không cần nhiều như vậy.

Dtoy kohng guhn nyew nyou v[y]ay.

91. 租借 *Thuê* Tway 🎧 1-91

我想要租一輛腳踏車。

Tôi muốn thuê một chiếc xe đạp.

Dtoy mun tway moht ch[j]iek seh dap.

我想要租一輛摩托車。

Tôi muốn thuê một chiếc xe mô tô.

Dtoy mun tway moht ch[j]iek seh moh dtoh.

我想要租一輛車（汽車）。

Tôi muốn thuê một chiếc xe (ô tô).

Dtoy mun tway moht ch[j]iek sek (oh dtoh).

你知道在哪裡可以租腳踏車嗎？

Anh biết ở đâu cho thuê xe đạp không?

Ahn biek uh dow ch[j]aw tway seh dap kohng?

租摩托車多少錢？

Thuê xe mô tô bao nhiêu?

Tway seh moh dtoh bow nyew?

我想要租房子／房間（雅房）。

Tôi muốn thuê nhà/căn phòng.

Dtoy mun tway nya/gahn fawng.

租金多少錢？

Tiền thuê bao nhiêu?

Dteen[g] tway bow nyew?

租金太貴了。

Tiền thuê mắc quá.

Dteen[g] tway mahk gwa.

92. 迷路 & 遺失 & 找到 *Lạc & Mất & Tìm thấy* Lak & Muht & Dteem tay 🎧 1-92

我迷路了。

Tôi lạc đường.

Dtoy lak doung.

我遺失了我的<u>票</u>／<u>行李袋（包）</u>。

Tôi mất <u>vé</u>/<u>túi</u>.

Dtoy muht <u>v[y]eh</u>/<u>tui</u>.

我遺失了我的<u>鑰匙</u>／<u>眼鏡</u>／<u>護照</u>。

Tôi mất <u>chìa khoá</u>/<u>kính đeo mắt</u>/<u>hộ chiếu</u>.

Dtoy muht <u>ch[j]ee-uh kwa</u>/<u>gihn deo maht</u>/<u>hoh ch[j]yew</u>.

你找到了嗎？

Anh tìm thấy không?

Ahn dteem tay kohng?

你可以幫我找<u>我的摩托車</u>嗎？

Anh giúp tìm <u>xe mô tô của tôi</u> được không?

Ahn z[y]up dteem <u>seh moh dtoh</u> gu-uh dtoy douk kohng?

你可以幫我找路嗎？

Anh giúp tôi tìm đường được không?

Ahn z[y]up dtoy dteem doung douk kohng?

你遺失了什麼東西嗎？

Anh có mất gì không?

Ahn gaw muht z[y]ee kohng?

☼ *thất lạc* 可以使用在詢問您是否找不到（或者正在尋找）某個人或者遺失了（或者正在尋找）某件事物上，但是 *mất* 只能使用於詢問事物上。

我可以幫你找什麼東西嗎？

Tôi có thể giúp anh tìm cái gì không?

Dtoy gaw tay z[y]up ahn dteem gai z[y]ee kohng?

我找到了！

Tôi tìm thấy rồi!

Dtoy dteem tay roy!

93. 顏色　*Màu sắc*　Mow shak 🎧 1-93

màu sắc 經常會被簡略寫成只有 màu 或是 sắc。

哥哥／小姐，你／妳喜歡什麼顏色？

Anh/Cô thích màu gì?

Ahn/Goh tihk [tout] mow z[y]ee?

我（不）喜歡這些顏色。

Tôi (không) thích những màu này.

Dtoy (kohng) tihk [tout] nyoung mow nai.

我喜歡黃色。

Tôi thích màu vàng.

Dtoy tihk mow v[y]ang.

紅色

Màu đỏ

Mow daw

黑色

Màu đen

Mow den

橘色／橙色

Màu cam

Mow gam

藍色

Màu xanh

Mow sahn

紫色

Màu tía

Mow dtee-uh

☼ 「紫色」在南方方言中的發音為 *màu tím*。

白色

Màu trắng

Mow t[j]rahng

綠色

Màu xanh lá cây

Mow sahn la gai

棕色／褐色
Màu nâu

Mow now

94. 生病 *Bệnh* Ben [Buhn] 🎧 1-94

我生病了。
Tôi đang bị bệnh.

Dtoy dang bee ben [behn].

我沒有生病。
Tôi không bệnh.

Dtoy kohng ben [buhn].

你生病了嗎？
Anh có đang bệnh không?

Ahn gaw dang ben [buhn] kohng?

我不太好（我不舒服）。
Tôi không khoẻ.

Dtoy kohng kweh.

我覺得我快要生病了。
Tôi thấy mình sắp bệnh.

Dtoy tay mihn shahp ben [buhn].

他／她生病了。

Anh/Cô ấy bị ốm.

Ahn/Goh ai bee ohm.

☼ 另一種表達「生病」的方式是 *ốm*。

你看起來不太舒服。

Anh trông có vẻ ốm.

Ahn t[j]rohng gaw veh ohm.

昨天吃的食物造成（讓）我拉肚子。

Thức ăn hôm qua làm tôi đau bụng.

Touk ahn[g] hohm gwa lam dtoy dow bung.

95. 藥局 *Nhà thuốc* Nya tuk   1-95

藥局在哪裡？

Nhà thuốc ở đâu?

Nya tuk uh dow?

這附近有藥局嗎？

Có nhà thuốc nào gần đây không?

Gaw nya tuk now guhn day [dai] kohng?

藥局幾點開門／關門？

Nhà thuốc mở cửa/đóng cửa mấy giờ?

Nya tuk muh gou-uh/dawng gou-uh may z[y]uh?

我需要一些<u>感冒藥</u>／<u>咳嗽藥</u>。

Tôi cần một ít thuốc <u>cảm</u>/<u>ho</u>.

Dtoy guhn moht iht tuk <u>gam</u>/<u>haw</u>.

我<u>頭痛</u>／<u>喉嚨痛</u>／<u>發燒</u>。

Tôi bị <u>nhức đầu</u>/<u>đau họng</u>/<u>sốt</u>.

Dtoy bee <u>nyouk dow</u>/<u>dow hawng</u>/<u>shoht</u>.

我想要買一些藥。

Tôi muốn mua ít thuốc.

Dtoy mun mu-uh iht tuk.

我的藥吃完了。

Tôi bị hết thuốc.

Dtoy bee het [huht] tuk.

我遺失了我的藥。

Tôi bị mất thuốc.

Dtoy bee muht tuk.

這是我的處方簽。

Đây là toa thuốc của tôi.

Day [Dai] la dtwa tuk gu-uh dtoy.

96. 醫生 *Bác sĩ* Bak shee [Bak see] 1-96

我需要一位醫生（緊急狀態）。

Tôi cần một bác sĩ (gấp).

Dtoy guhn moht bak shee (guhp).

她 / 他需要一位醫生。

Cô/Anh ấy cần bác sĩ.

Goh/Ahn ai guhn bak shee.

我需要去看醫生。

Tôi cần đi đến bác sĩ.

Dtoy guhn dee den [duhn] bak shee.

有會說英語的醫生嗎？

Có bác sĩ nói tiếng Anh không?

Gaw bak shee nawy dteeng Ahn kohng?

請幫我叫醫生。

Làm ơn gọi bác sĩ.

Lam uhn gawy bak shee.

哥哥 / 姊姊，你 / 妳幫我叫醫生了嗎？

Anh/Chị đã gọi bác sĩ chưa?

Ahn/Ch[J]ee da gawy bak shee ch[j]ou-uh?

醫生在哪裡？

Bác sĩ ở đâu?

Bak shee uh dow?

我想要跟醫生講話。

Tôi muốn nói chuyện với bác sĩ.

Dtoy mun nawy ch[j]wen vuhy bak shee.

很緊急。

Gấp lắm.

Guhp lahm.

☼ 另一種表達「緊急」的方式是 *khẩn*（kuhn）。

這是一個緊急情況。

Đây là trường hợp cấp cứu.

Day la t[j]oung huhp guhp gu.

97. 牙醫　*Nha sĩ*　Nya shee [Nya see] 🎧 1-97

我需要一位牙醫（緊急狀態）。

Tôi cần nha sĩ (gấp).

Dtoy guhn nya shee (guhp).

他需要一位牙醫。

Anh ấy cần nha sĩ.

Ahn ai guhn nya shee.

187

我想去看牙醫。

Tôi muốn đến nha sĩ.

Dtoy mun den [duhn] nya shee.

這附近有牙醫嗎？

Gần đây có nha sĩ không?

Guhn day [dai] gaw nya shee kohng?

在這裡檢查牙齒多少錢？

Khám răng ở đây giá bao nhiêu?

Kam rahng uh day [dai] z[y]a bow nyew?

你可以推薦給我一位牙醫嗎？

Có thể gợi ý cho tôi một nha sĩ?

Gaw tay guhy ee ch[j]aw dtoy moht nya shee?

我想要清潔牙齒 / 補牙 / 檢查牙齒。

Tôi muốn đánh bóng răng/trám răng/khám răng.

Dtoy mun dahn bawng rahng/t[j]ram rahng/kam rahng.

我有蛀牙 / 牙齒痛 / 牙齒斷掉。

Tôi bị sâu/đau/gãy răng.

Dtoy bee show/dow/gai rahng.

那位牙醫非常好 / 非常糟糕。

Nha sĩ đó tốt/dở lắm.

Nya shee daw dtoht/duh lahm.

98. 醫院＆診所 *Bệnh viện & Phòng khám* Ben [Buhn] vien & Fwang kam 🎧 1-98

我需要去醫院。
Tôi cần đi đến bệnh viện.
Dtoy guhn dee den [duhn] ben [buhn] vien.

在這附近有醫院嗎？
Có bệnh viện nào ở gần đây không?
Gaw ben [buhn] vien now uh guhn day [dai] kohng?

載我／送我去醫院。
Đưa tôi đến bệnh viện.
Dou-uh dtoy den [duhn] ben [buhn] vien.

這裡有兒童醫院嗎？
Ở đây có bệnh viện nhi đồng không?
Uh day gaw ben vien nyee dohng kohng?

我想去另一家醫院。
Tôi muốn đến bệnh viện khác.
Dtoy mun den ben vien kak.

這家醫院非常好／差勁（糟糕）。
Bệnh viện này rất tốt/tệ (dở).
Ben vien nai ruht dtoht/dtay z[y]uh.

這附近還有任何其他家醫院嗎？

Có bệnh viện nào khác gần đây không?

Gaw ben vien now kak guhn day kohng?

市內最好的醫院是哪一家醫院？

Bệnh viện nào tốt nhất thành phố này?

Ben [Buhn] vien now dtoht nyuht tahn foh nai?

99. 拍（照片） *Chụp* Ch[J]up 🎧 1-99

我想拍一張照片。

Tôi muốn chụp một tấm ảnh.

Dtoy mun ch[j]up moht dtuhm ahn.

💬 *ảnh* 與 *hình* 兩者都代表了「照片」的意思，但是，在大多數的情況下，比較常用的還是 *ảnh*。在南方方言中，*hình* 的發音為「houn」。

抱歉／不好意思，朋友，我可以拍一張你的照片嗎？

Xin lỗi, tôi có thể chụp ảnh bạn không?

Seen loy, dtoy gaw tay ch[j]up ahn ban[g] kohng?

朋友，你可以拍一張我的／我們的照片嗎？

Bạn có thể chụp ảnh của tôi/chúng tôi được không?

Ban[g] gaw tay ch[j]up ahn gu-uh <u>dtoy</u>/<u>ch[j]ung dtoy</u> douk kohng?

攝影。

Quay phim.

Q[W]ai feem.

橫向／直向旋轉。

Xoay ngay/dọc.

Swai ngai/z[y]awp.

發佈到……。

Đăng lên ...

Dahng len …

這裡可以拍照／照相嗎？

Chụp ảnh ở đây được không?

Ch[J]up ahn uh day [dai] douk kohng?

是否允許拍照／照相？

Được phép chụp ảnh không?

Douk fep ch[j]up ahn kohng?

朋友，如果你給我住址的話，我會把照片寄給你。

Nếu bạn cho địa chi, tôi sẽ gởi hình cho bạn.

Nyew ban[g] ch[j]aw dee-uh ch[j]ee, dtoy sheh guhy hihn ch[j] aw ban[g].

朋友，我會幫你洗一本相片簿。

Tôi sẽ rửa một số ảnh cho bạn.

Dtoy sheh rou-uh moht shoh ahn ch[j]aw ban[g].

這是一張<u>可愛的</u> / <u>漂亮的</u>照片。

Đó là một tấm ảnh <u>dễ thương</u>/<u>đẹp</u>.

Daw la moht dtuhm ahn z[y]ay toung/dep.

100. 幫助 *Giúp (đỡ)* Z[Y]up (duh) 🎧1-100

可以幫我嗎？

Có thể giúp tôi không?

Gaw tay z[y]up dtoy kohng?

我需要幫助。

Tôi cần được giúp đỡ.

Dtoy guhn douk z[y]up duh.

朋友，我會幫助你。

Tôi sẽ giúp bạn.

Dtoy sheh z[y]up ban[g].

朋友，你可以叫人來幫忙嗎？

Bạn có thể kêu gọi giúp đỡ được không?

Ban[g] gaw tay geu gawy z[y]up duh douk kohng?

朋友，你需要幫助嗎？

Bạn có cần giúp không?

Ban[g] gaw guhn z[y]up kohng?

幫我！

Giúp tôi!

Z[y]up dtoy!

另一種表達方式是：

Cứu tôi!

Gou-u dtoy!

☼ 字面上的意思是：救我！

第二部分

地標、亞洲等國家之詞彙

著名地標

1. 河內市內及其周邊 🎧 2-1

老城門：東河門	*Ô Quan Chưởng*	Oh Gwan Ch[J]oung
湖：還劍湖	*Hồ Hoàn Kiếm*	Hoh Hwahn Giem
	Hồ Gươm	Hoh Goum
舊城區：三十六古街	*Phố Cổ*	Foh Goh
胡志明陵寢	*Lăng Bác Hồ*	Lahng Bak Hoh
下龍灣	*Vịnh Hạ Long*	Vihn Ha Lawng

💭 東河門（*Ô Quan Chưởng*）座落在舊城區裡，是一個人們經常約定碰面及下車的地點。

2. 中部地區 🎧 2-2

中央高地	*Cao Nguyên Miền Trung*	Gow Ngwen Mien T[J]rung
皇陵	*Lăng Tẩm*	Lahng Dtuhm
皇城	*Hoàng Thành*	Hwang Tahn
南北越非軍事區	*Vùng Phi Quân Sự*	Vung Fee Gwuhn Shou

3. 西貢市（胡志明市） 2-3

濱城市場	*Chợ Bến Thành*	Ch[J]uh Ben Tahn
堤岸（唐人區）	*Chợ Lớn (Phố Tàu)*	Ch[J]uh Luhn[g] (Foh Dtow)
烏龜湖	*Hồ Con Rùa*	Hoh Gawn Ru-uh
統一宮	*Dinh Thống Nhất*	Z[Y]ihn Tohng Nyuht
戰爭遺跡博物館	*Bảo Tàng Chiến Tranh*	Bow Tang Ch[J]ien T[J]ran
湄公河三角洲	*Đồng Bằng Sông Cửu Long*	Dohng Bahng Shohng Gou Lawng
古芝地道	*Địa Đạo Củ Chi*	Dee-uh Dow Gu Ch[J]ee
高臺寺	*Thánh Thất Cao Đài*	Tahn Tuht Gow Dai

亞洲及其周邊國家 2-4

澳洲／澳大利亞	Nước Úc/ Ôx Tơ Rây Li A	Nouk UK/Ohs Dtuh Ray Lee-ah
孟加拉	Băng La Đét	Bahng La Det
不丹	Bu Tan	Bu Dtan[g]
汶萊	Bru Nây	Bru Nai
柬埔寨	Cam Pu Chia	Gam Pu Chee-uh
中國	Trung Quốc	T[J]ung Gwohk
東帝汶	Đông Ti Mo	Dohng Dtee-Maw
斐濟	Phi Gi/Fi Ji	Fee Z[Y]ee/Fee Jee
印度	Ấn Độ	An Doh
印尼	Nam Dương/In Đô Nê Xi A	Nam Z[Y]oung/In Doh Nee See Ah
日本	Nhật Bản	Nyuht Ban[g]
寮國	Lào	Low
蒙古	Mông Cổ	Mohng Goh
緬甸	Mian Ma/Miến Điện	Mian Ma/Mien Dien
尼泊爾	Nê Pan/Nepal	Nay Pan/Nepal
紐西蘭	Niu Di Lơn/Hòa Lan	Nyew Zee Luhn/Hwa Lan
北韓	Bắc Triều Tiên	Bahk T[J]rew Dtien

菲律賓	*Phi Lip Pin/Phi Luật Tân*	Fee Leep Peen/Fee Lwaht Dtan
南韓	*Hàn Quốc/Nam Hàn*	Han Gwohk/Nam Han
斯里蘭卡	*Xri Lan Ca*	Sri Lan Ga
臺灣	*Đài Loan*	Dai Lwahn[g]
泰國	*Thái Lan*	Tai Lan
越南	*Việt Nam*	Viet Nam

詞彙表：附加詞彙 2-5

一點／一些	Một chút/Một ít	Moht ch[j]ut/Moht iht
很多	Nhiều/Vô/Số	Nyew/Voh/Shoh
關於／就某方面來說	Nói về	Nawy vay
地址	Địa chỉ	Di-uh ch[j]ee
（那）之後	Sau (đó)	Show (daw)
下午	Buổi chiều	Buy ch[j]yew
重新（再一次）／又再	Lần nữa/Lập lại	Luhn nou-uh/Luhp lai
空調	Máy lạnh	Mai lahn
酒	Cồn/Rượu	Gohn/Rou-u
全部／所有	Tất cả	Dtuht ga
許可	Cho phép	Ch[J]aw fep
單獨	Một mình	Moht mihn
已經	Rồi	Roy
美國	Mỹ	Mee
美國人	Người Mỹ	Ngouy Mee
跟／和	Và/Với	Va/Vuhy
紀念日	Ngày kỷ niệm	Ngai gee niem

約會	*Cuộc hẹn*	Guk hen
四月	*Tháng tư*	Tang dtou
來／抵達	*Đến*	Den
提問	*Hỏi*	Hawy
時分	*Lúc*	Lut
在（位置、地點）	*Tại*	Dtai
八月	*Tháng tám*	Tang dtam
澳洲人	*Người Úc*	Ngouy Ut
兒童／嬰兒	*Trẻ em/em bé*	T[J]reh am/Em beh
手提包	*Giỏ xách*	Z[Y]aw sak
酒吧；酒店	*Bar; Quầy bán rượu*	Ba(r)/Gwai ban[g] rou-u
理髮師（專爲男士服務）	*Thợ cắt tóc (cho đàn ông)*	Tuh gaht dtawp (ch[j]aw dan[g] ohng)
浴室／廁所	*Phòng tắm/Vệ sinh*	Fawng dtahm/Vay shihn
漂亮	*Đẹp*	Dep
牛肉	*Thịt bò*	Tiht [Tout] baw
啤酒	*Bia*	Bee-uh
之前	*Trước khi*	T[J]rouk kee
開始	*Bắt đầu*	Baht dow
後面	*Phía sau*	Fee-uh show

旁邊	*Bên cạnh*	Buhn gahn
更好／比較好	*Tốt hơn*	Dtoht huhn
大	*To/Lớn*	Dtaw/Luhn
腳踏車	*Xe đạp*	Seh dap
帳單	*Hóa đơn*	Hwa duhn
生日	*Ngày sinh nhật*	Ngai shihn nyuht
咬	*Cắn*	Gahn
黑	*Đen*	Den
藍	*Xanh dương*	Sahn doung
一本書（名詞）	*Cuốn sách*	Gun shak
書店	*Tiệm sách*	Dtiem shak
（一支）瓶子	*(Cái) chai*	(Gai) ch[j]ai
男孩	*Bé trai*	Beh t[j]rai
汽車煞車	*Những cái thắng xe*	Nyoung gai tahng seh
麵包	*Bánh mì*	Bahn mee
休息（名詞）	*Nghi ngơi*	Ngyee nguhy
打破／打碎（動詞）	*Gãy/vỡ*	Cai/Vuh
（一餐）早餐	*(Bữa) ăn sáng*	(Bou-uh) ahn[g] shang
吸吮	*Bú*	Bu

帶／（拿）給	*Đem*	Dem
英國	*Nước Anh*	Nouk Ahn
英國人	*Người Anh*	Ngouy Ahn
掃帚	*Cây chổi*	Gai ch[j]oy
我的弟弟／哥哥	*Em/Anh trai tôi*	Am/Ahn t[j]rai dtoy
公車	*Xe buýt*	Seh bwout
經商／買賣	*Kinh doanh*	Gihn z[y]wahn
買	*Mua*	Mu-uh
用／由於	*Bằng/Bởi*	Bahng/Buhy
打電話／呼叫（動詞）	*Kêu/[Gọi]*	Gyew/[Gawy]
呼叫（名詞）	*Tiếng kêu [gọi]*	Dteeng gyew [gawy]
可以／能夠	*Có thể*	Gaw tay
加拿大	*Nước Ca na đa*	Nouk Ga na da
加拿大人	*Người Ca na đa*	Ngouy Ga na da
汽車	*Xe ô tô [Xe hơi]*	Seh oh dtoh [Seh huhy]
卡片／名片／紙牌	*Thẻ/Danh thiếp/Cây bài*	Tay/Z[Y]an teep/Gai bai
貓	*Con mèo*	Gawn meh-oh
乳酪／起司（蛋糕）	*(Bánh) phô mát*	(Bahn) foh mat

雞肉	Con gà	Gawn ga
孩子	Con	Gawn
中國人 / 華人	Người Trung Quốc/ Người Hoa	Ngouy T[J]rung Gwohk/ Ngouy Hwa
城市	Thành phố	Tahn foh
咖啡	Cà phê	Ga fay
咖啡館	Quán cà phê	Gwan[g] ga fay
冷（形容詞）	Lạnh [Lạnh/rét]	Lahn [Lahn/ret]
顏色（名詞）	Màu (sắc)	Mow (shahk)
來 / 抵達	Đến	Den
公司	Công ty	Ghong dtee
電腦	Máy vi tính	Mai vee dtihn
信用卡	Thẻ tín dụng	Tay dtihn z[y]ung
切割（名詞）	Sự cắt/chặt	Shou gaht/Ch[J]aht
切割（動詞）	Cắt/chặt/chém/thái	Gaht/Ch[J]aht/Ch[J]em/ Tai
（白）日	(Ban) ngày	(Ban) ngai
十二月	Tháng mười hai	Tang mouy hai
好吃	Ngon	Ngawn
牙醫	Nha sĩ	Nya shee
（一餐）晚餐	(Bữa) ăn tối	(Bou-uh) an[g] dtoy

一盤（食物）	*Đĩa*	Dee-uh
做／工作	*Làm (việc)*	Lam (viek)
醫生	*Bác sĩ*	Bak shee
狗	*Con cầy [Chó]*	Gawn gai [Jaw]
美元／美金	*Đô la (Mỹ) [Mỹ kim]*	Doh la (Mee) [Mee gihm]
不	*Không*	Kohng
門	*Cửa*	Gou-uh
喝（動詞）	*Uống*	Ung
飲料（名詞）	*Đồ/Thức uống*	Doh/Touk ung
駕駛	*Đi xe [Lái/Chạy xe]*	Dee seh [Lai/Jai seh]
（非常）早	*(Rất) sớm*	(Ruht) shuhm
吃	*Ăn*	Ahn[g]
雞蛋（生）	*Quả trứng*	Gwa t[j]roung
雞蛋（炒）	*Trứng (chiên)*	T[J]roung (ch[j]ien)
電子郵件	*Thư điện tử/E-mail*	Tou dien dtou/EE-meh
大使館	*Đại sứ quán/Tòa đại sứ*	Dai shou gwan/ Dtwa dai shou Du
足夠	*Đủ*	Du
信封	*Phong bì/Bì thư*	Fawng bee/Bee tou
每天	*Hàng ngày*	Hang ngai

每晚	Hàng đêm	Hang dem
每一個人	Mọi người	Mawy ngouy
匯率／外幣匯率	Tý giá hối đoái/	Dtee z[y]a hou dwai/
	Tý giá ngoại tệ	Dtee z[y]a ngwai dtay
對不起／抱歉	Xin lỗi	Seen loy
昂貴	Đắt [Mắc]	Daht [Mahk]
秋天（季節）	Mùa thu	Mu-uh tu
下跌（動詞）	Té	Dteh
家庭	Gia đình	Z[Y]a dihn
風扇／電風扇	Cái quạt/Quạt điện	Gai gwa(t)/Gwa(t) dien
（體育）迷／粉絲	Người/Fan hâm mộ	Ngouy/Fan huhm moh
遠	Xa	Sa
快	Nhanh	Nyahn
父親	Bố/[Ba]	Boh/[Ba]
公公（丈夫的父親）	Bố chồng [Ba chồng]	Boh chohng [Ba johng]
傳真機	Máy bản fax	Mai Ban[g] fax
二月	Tháng hai	Tang hai
發燒／傷寒（名詞）	Cơn sốt/Bệnh sốt	Guhn shoht/Ben shoht
發燒（動詞）	Làm phát sốt	Lam fat shoht

老五（家庭中的排行）	*Người thứ năm*	Ngouy tou nahm
五號（一個月中的）	*Ngày mùng năm*	Ngai mung nahm
第五名（排序）	*Vị trí thứ năm*	Vee t[j]ree tou nahm
第五次（次數）	*Lần thứ năm*	Luhn[g] tou nahm
第一（一般性的用法）	*Đầu tiên*	Dow dtien[g]
一號（一個月中的）	*Ngày mùng một*	Ngai mung moht
第一名（排序）	*Thứ nhất*	Tou nhuht
第一次（次數）	*Lần thứ nhất*	Luhng tou nhuht
魚	*(Con) cá*	(Gawn) ga
旗子／棋子	*Cờ*	Guh
老四（家庭中的排行）	*Người thứ tư*	Ngouy tou dtou
四號（一個月中的）	*Ngày mùng bốn*	Ngai mung bohn
第四名（排序）	*Vị trí thứ tư*	Vee t[j]ree tou dtou
第四次（次數）	*Lần thứ tư*	Luhn[g] tou dtou
法國	*Nước Pháp*	Nouk Fap
法語（語言）	*Tiếng Pháp*	Dteeng Fap

法國人	*Người Pháp*	Ngouy Fap
星期五	*Thứ sáu*	Tou show
從	*Từ*	Dtou
前面	*Phía /Đằng trước*	Fee-uh/Dahng t[j]rouk
（油箱）滿	*Đầy*	Day [Dai]
（肚子）飽	*(Bụng) no*	(Bung) naw
（看起來）有趣	*Vui (vẻ)*	V[Y]uy (v[y]eh)
滑稽	*Buồn cười*	Bun gouy
未來	*Tương lai*	Dtoung lai
汽油／石油	*Xăng/Dầu lửa*	Sahng/Z[Y]ow lou-uh
德語（語言）	*Tiếng Đức*	Dteeng Douk
德國人	*Người Đức*	Ngouy Douk
德國	*Nước Đức*	Nouk Douk
給／讓	*Cho*	Ch[J]aw
捐贈	*Tặng*	Dtahng
去／走	*Đi*	Dee
高爾夫球（運動）	*Môn đánh gôn*	Mohn dahn gohn
高爾夫球	*Chơi gôn*	Ch[J]uhy gohn
OK／好／可以	*Được*	Douk
良好（健康）	*Khoẻ*	Kweh

良好（工作、品質、天氣）	*Tốt*	Dtoht
美好（音樂、書籍）	*Hay*	Hai
乖（行為端正，例如孩子）	*Ngoan*	Ngwahn
再見	*Tạm biệt/Chào (tạm biệt)*	Dtam biet/Ch[J]ow (dtam biet)
綠色（例如草綠色）	*Màu xanh lá cây*	Mow sahn la gai
青色（藍綠色）	*Xanh*	Sahn
翠綠／新鮮（綠葉蔬菜）	*Tươi*	Dtouy
猜測／猜想（動詞）	*Đoán/Nghĩ*	Dwahn[g]/Ngyee
剪頭髮	*Cắt tóc*	Gaht dtawk
洗頭髮	*Gội đầu*	Goy dow
有	*Có*	Gaw
他（年紀相仿）	*Anh ấy*	Ahn ai
他（年紀較大）	*Ông ấy*	Ohng ai
他（小男孩）	*Nó*	Naw
頭痛／頭疼	*Nhức đầu [Đau đầu]*	Nyouk dow [Dow dow]

聽（說）	Nghe (nói)	Ngyeh (nawy)
你好	(Xin) chào	(Seen) ch[j]ow
安全帽／頭盔	Nón bảo hiểm	Nawn bow hiem
幫助	Giúp (đỡ)	Z[Y]up (duh)
鑲邊（名詞）	Đường viền/Lên lai	Doung vien/Len la
她	Cô ấy/Bà ấy	Goh ai/Ba ai
這裡／在這裡／在這個地方	Đây/ở đây/ở chỗ này	Day [Dai]/Uh day/Uh ch[j]oh nai
節日／假期	Ngày lễ/Nghi	Ngai lay/Ngyee
房子／住宅／住家	Nhà/Chỗ ở	Nya/Ch[J]oh uh
希望／夢寐以求／預期（動詞）	Hi vọng/Ước mong/Mong muốn	Hee vawng/UK mawng/Mawng mun
醫院	Bệnh viện	Ben [Buhn] vien
辣（辛辣的）	Cay	Gai
熱（天氣）	Nóng	Nawng
大飯店／旅館	Khách sạn/Nhà nghi	Kak shan[g]/Nya ngyee
點鐘（時鐘）	Tiếng (đồng hồ)	Dteeng (dohng hoh)
一棟／一幢房子	Căn/Tòa nhà	Gahn/Dtwa nya
如何	Thế nào	Tay now
多久	Bao lâu	Bow now
多少	Bao nhiêu	Bow nyew

多少（錢）	*Bao nhiêu (tiền)*	Bow nyew (dteen)
潮濕	*Ẩm ướt*	Uhm out [ouk]
受傷／疼痛	*Bị thương/Đau*	Bee toung/Dow
丈夫（人）	*(Người) chồng/Ông xã*	Ngouy ch[j]ohng/Ohng sa
我	*Tôi [Tui]*	Dtoy [Dtuy]
冰	*(Nước) đá*	(Nouk) da
重要	*Quan trọng*	Gwan[g] t[j]rawng
國際	*quốc tế*	gwohk dtay
網際網路	*Mạng vi tính*	Mang vee dtihn
介紹	*Giới thiệu*	Z[Y]uhy tyew
邀請（動詞）	*Mời*	Muhy
外套／夾克／大衣	*Áo khoác*	Ow kwak
一月	*Tháng một/Giêng*	Tang moht/Z[Y]ieng
七月	*Tháng bảy*	Tang bai
跳躍（名詞）	*Bước nhảy*	Bouk nyai
跳躍／跳舞（動詞）	*Nhảy*	Nyai
六月	*Tháng sáu*	Tang show
鑰匙（名詞）	*(Chìa) khóa*	(Ch[J]ee-uh) kwa

知道／認識（彼此）	(Hiểu) biết/(Quen biết)	(Hyew) biek/(Gwen biek)
語言	Ngôn ngữ /Tiếng	Ngohn ngou/Dteeng
晚／遲	Muộn/Trễ	Mun/Jray
捨棄／離開（某個地方）	Bỏ đi/Rời khỏi	Baw dee/Ruhy kawy
擱置／捨棄（某種事物）	Để/Bỏ lại	Day/Baw lai
左邊（方向）	Bên trái	Ben t[j]rai
小	Nhỏ/Bé	Nhaw/Beh
生活／居住（動詞）	(Sinh) sống	(Shihn) shohng
觀看	Nhìn/Xem/Coi	Nyeen/Sem/Gawy
遺失（某種事物）	Mất	Muht
迷路（迷失道路）	Lạc đường	Lak doung
大（聲量）	Lớn	Luhn
愛情	Yêu	Ee-u
午餐	Bữa ăn trưa	Bou-uh ahn[g] t[j]rou-uh
男人	Người đàn ông	Ngouy dan[g] ohng
芒果	Trái xoài	T[J]rai swai
許多	Nhiều	Nyew

地圖	*Bản đồ*	Ban[g] doh
三月	*Tháng ba*	Tang ba
市場	*Chợ*	Ch[J]uh
結婚	*Kết hôn*	Get hohn
五月（名詞）	*Tháng năm*	Tang nahm
意義／意思	*Ý nghĩa*	Ee ngyee-uh
藥物（治療）	*Thuốc (trị bệnh)*	Tuk (t[j]ree ben [buhn])
碰面／見面（動詞）	*Gặp (gỡ)*	Gahp (guh)
會議（名詞）	*Buổi họp*	Buy hawp
錯誤	*Lỗi*	Loy
行動電話／手機	*Điện thoại di động*	Dien twai z[y]ee dohng
星期一	*Thứ hai*	Tou hai
錢	*Tiền*	Dtien [Dteen]
月	*Tháng*	Tang
更多／更加	*Thêm/Hơn nữa*	Tem/Huhn nou-uh
早晨／上午	*Buổi sáng*	Buy shang
母親	*Mẹ/Má*	Meh/Ma
婆婆（丈夫的母親）	*Mẹ chồng*	Meh chohng [Ma johng]

岳母（妻子的母親）	Mẹ vợ	Meh vuh [Ma yuh]
摩托車	Xe gắn máy/Xe mô tô	Seh gahn[g] mai/ Seh moh dtoh
計程摩托車	Xe ôm	Seh ohm
電影	Phim	Feem
博物館	Bảo tàng	Bow tang
音樂	Nhạc	Nyak
我的	Của tôi	Gu-uh dtoy
名字	Tên	Dten
靠近／附近	Gần	Guhn
需要	Cần	Guhn
新	Mới	Muhy
夜晚／晚上	Đêm	Dem
舞廳／夜店	Vũ trường	Vu t[j]roung
第九名（排序）	Thứ chín	Tou ch[j]een
不	Không	Kohng
非常嘈雜	Rất ồn	Ruht ohn[g]
十一月	Tháng mười một	Tang mouy moht
現在	Bây giờ	Bay z[y]uh
數字	Số	Shoh

十月	*Tháng mười*	Tang mouy
辦公室	*Văn phòng*	Vahn[g] fawng
老 / 舊	*Già/Cũ*	Z[Y]a/Gu
一	*Một*	Moht
單程	*Một chiều*	Moht ch[j]yew
打開 / 開設（動詞）	*Mở*	Muh
柑橘	*Cam*	Gam
訂購 / 點餐（食物）	*Đặt hàng/Gọi (thức ăn)*	Daht hang/ Gawy (touk ahn[g])
公園（名詞）	*Công viên*	Gohng vien [veeng]
停車（動詞）	*Đậu xe*	Dow seh
護照	*Hộ chiếu*	Hoh ch[j]yew
病人 / 病患	*Người bệnh/Bệnh nhân*	Ngouy ben/Ben nyuhn
付款 / 結帳	*Trả tiền/Thanh toán*	T[J]ra dtien [dteeng]/ Tahn dtwahn
鋼筆	*Viết mực*	Viet mouk
人	*Người*	Ngouy
藥局	*Nhà thuốc tây*	Nya tuk dtay
行動電話 / 手機	*Điện thoại di động*	Dien twai dee dohng
有線電話 / 座機	*Điện thoại cố định*	Dien twai goh dihn

照片	*Tấm hình*	Dtuhm hihn
迎接（某人）	*Đón*	Dawn
拿取（某事物）	*Lấy*	Lay
藥丸／錠劑（藥物）	*Một viên thuốc*	Moht vien tuk
玩	*Chơi*	Ch[J]uhy
請	*Làm ơn*	Lam uhn
警察	*Cảnh sát*	Gahn shat [sak]
豬肉	*Thịt heo*	Tiht heh-oh
郵局	*Bưu điện*	Bu dien
主席／總統	*Chủ tịch/Tổng thống*	Ch[J]u dtihk/Dtohng tohng
印刷（動詞）	*In*	Een
拉	*Kéo*	Geh-oh
推	*Đẩy*	Day
放	*Đặt*	Daht
問（問題）	*(Câu) hỏi*	(Gow) hawy
沉默／無聲	*Im lặng*	Eem lahng
停止／放棄	*Bỏ đi/Nghỉ*	Baw dee/Ngye
雨	*Mưa*	Mou-uh
雨衣	*Áo mưa*	Ow mou-uh

李子樹／（水果） 紅毛丹	Cây mận gai/ (Quả) chôm chôm	Gai mahn gai/| [(Gwa) johm johm]
閱讀	Đọc	Dawk [Dawp]
收據	Biên nhận	Bien Nyuhn[g]
紅	Đỏ	Daw
租借（動詞）	Thuê	Tway
休息／放鬆	Nghi ngơi	Ngyee nguhy
殘留／剩餘	Còn lại	Gawn lai
餐廳	Nhà hàng	Nya hang
歸還／退還 （動詞）	Trả lại	T[J]ra lai
飯（已經煮熟的）	Cơm	Guhm
米（生的）	Gạo	Gow
沒錯（正確）	Đúng	Dung
右邊	Bên phải	Ben fai
江河	Dòng sông	Z[Y]awng shohng
道路	Đường	Doung
房間	Phòng	Fawng
奔跑	Chạy	Ch[J]ai
鹽	Muối	Muy
鹹	Mặn	Mahn[g]

星期六	*Thứ bảy*	Tou bai
說	*Nói*	Nawy
學校	*Trường học*	T[J]roung hawk
海	*Biển*	Bien
海鮮	*Thức ăn biển/Đồ biển*	Touk ahn[g] bien/ Doh bien
季節	*Mùa*	Mu-uh
座位	*Chỗ ngồi*	Ch[J]oh ngoy
其次／第二（形容詞）	*Thứ hai*	Tou hai
觀看	*Nhìn*	Nyeen
寄送	*Gởi*	Guhy
九月	*Tháng chín*	Tang ch[j]een
縫	*May*	Mai
洗髮精（名詞）	*Dầu gội*	Z[Y]ow goy
洗頭（動詞）	*Gội*	Goy
刮鬍刀	*Cạo râu*	Gow row
襯衫	*Áo sơ mi*	Ow shuh mee
鞋子	*Giày*	Z[Y]ai
購物（動詞）	*Mua sắm*	Mu-uh shahm
應該	*Nên*	Nen [Nuhn]

表演／表述	*Trình bày*	T[J]rihn bai
生病	*Bệnh/ốm*	Ben [Buhn]/Ohm
妹妹／姊姊	*Em gái/chị*	Am gai/Ch[J]ee
坐	*Ngồi*	Ngoy
睡覺	*Ngủ*	Ngu
慢	*Chậm*	Ch[J]uhm
蛇	*Con rắn*	Gawn rahn[g]
雪	*Tuyết*	Dtweet
柔軟	*Mềm*	Mem [Muhm]
在某處	*Ở đâu đó*	Uh dow daw
兒子	*Con trai*	Gawn t[j]rai
抱歉	*Rất tiếc /Xin lỗi*	Ruht dtiek/Seen loy
湯	*Canh*	Gahn
說（話）	*Nói (chuyện)*	Nawy (ch[j]wen)
春天	*Mùa xuân*	Mu-uh sun
蓋章	*Đóng dấu*	Dawng dow
開始	*Bắt đầu*	Baht dow
在	*Ở*	Uh
偷竊	*Ăn cắp*	Ahn[g] gahp
拉肚子	*Đau bụng*	Dow bung

停止	*Dừng lại*	Z[Y]oung lai
店	*Tiệm*	Dtiem
陌生人	*Người lạ*	Ngouy la
強壯	*Mạnh*	Mahn
學生	*Sinh viên*	Shihn vien[g]
學習／讀書	*Học*	Hawk [Hawp]
糖	*Đường*	Doung
夏天	*Mùa hè*	Mu-uh heh
星期日／天	*Chủ nhật*	Ch[J]u nhuht
游泳	*Bơi lội*	Buhy loy
游泳池	*Hồ bơi*	Hoh buhy
桌子	*Cái bàn*	Gai ban[g]
裁縫師	*Thợ may*	Tuh mai
拿取／把持	*Lấy/Cầm*	Lay/Guhm
計程車	*Xe tắc xi*	Seh tak-see
茶	*Trà*	T[J]ra
牙齒	*Răng*	Rahng
（跟誰）說話	*Nói (với ai)*	Nawy (vuhy ai)
第十	*Thứ mười*	Tou mouy
謝謝	*Cám ơn*	Gam uhn[g]

那個	*Cái đó/Kia*	Gai daw/Gee-uh
那裡	*Đằng kia*	Danhg gee-uh
第三	*Thứ ba*	Tou ba
口渴	*Khát nước*	Kat nouk
這個	*Cái này*	Gai nai
星期四	*Thứ năm*	Tou nahm
票	*Vé*	V[Y]eh
老虎	*Con cọp*	Gawn gawp
時間	*Thời gian*	Tuhy z[y]an[g]
輪胎	*Ruột xe*	Rut seh
累 / 疲憊	*Mệt/Chán*	Meht [Muht]/Ch[J]an[g]
今天	*Hôm nay*	Hohm nai
廁所	*Nhà vệ sinh*	Nya vay shihn
明天	*Ngày mai*	Ngai mai
也 / 還	*Cũng*	Gung
太多	*Quá nhiều*	Gwa nyew
觀光旅遊	*Chuyến du lịch*	Ch[J]wen z[y]u lihk
玩具	*Đồ chơi*	Doh ch[j]uhy
交通	*Giao thông*	Z[Y]ow tohng
火車	*Xe lửa*	Seh lou-uh

旅遊／旅行	*Du lịch/Đi lại*	Z[Y]u lihk/Dee lai
長途旅行	*Một chuyến đi xa*	Moht ch[j]wen dee sa
星期二	*Thứ ba*	Tou ba
電視	*Truyền hình/TV*	T[J]rwen hihn [houng]/ TeeVee
雨傘	*Dù*	Z[Y]u
叔叔／伯伯	*Chú/Bác*	Ch[J]u/Bak
舅舅	*Cậu*	Gow
底下	*Dưới*	Z[Y]ouy
了解／明白／懂	*Hiểu*	Hyew
大學	*Đại học*	Dai hawk
緊急	*Gấp/Khẩn*	Guhp/Khuhn
使用	*Dùng*	Z[Y]ung
空位	*Còn chỗ/Trống*	Gawn choh/T[J]rohng
暑假	*Nghỉ hè*	Ngyee heh
蔬菜	*Rau củ [cải]*	Row gu [gai]
太／很／非常	*Quá/Rất*	Gwa [Wa]/Ruht
聲音	*Tiếng nói*	Dteeng nawy
等待	*Chờ*	Ch[J]uh
服務人員	*Phục vụ bàn/Tiếp viên*	Fuk vu ban[g]/ Dtiep vien[g]

女服務人員	*Nữ phục vụ/ Tiếp viên*	Nou fuk vu/Dtiep vien[g]
步行／走路	*Đi bộ*	Dee boh
想要	*Muốn*	Mun
觀看（動詞）	*Xem*	Sem
鐘錶（手錶）（名詞）	*Đồng hồ (đeo tay)*	Dohng hoh (deh-oh dtay)
水	*Nước*	Nouk
道路／路徑	*Đường đi*	Doung dee
我們（不包括聽話的人）	*Chúng tôi*	Ch[J]ung dtoy
我們（包括聽話的人）	*Chúng ta*	Ch[J]ung dta
天氣	*Thời tiết*	Tuhy dtiet
網頁／網站	*Website*	Web-sai
婚禮	*Đám cưới*	Dam gouy
星期三	*Thứ tư*	Tou dtou
週／星期／禮拜	*Tuần lễ*	Dtwahn lay
週末	*Cuối tuần*	Gu-ee dtwahn
良好	*Tốt*	Dtoht
什麼	*Cái gì*	Gai z[y]ee
時候／時辰	*Khi/Lúc*	Kee/Luk [Lut]

223

在哪裡	*Ở đâu*	Uh dow
哪一個	*Cái nào*	Gai now
酒	*Rượu*	Rou-u
白	*Trắng*	T[J]rahng
誰／哪一個人	*Ai/Người nào*	Ai/Ngouy now
妻子	*Vợ*	V[Y]uh
窗戶	*Cửa sổ*	Gou-uh shoh
葡萄酒	*Rượu vang*	Rou-u vang
冬天	*Mùa đông*	Mu-uh dohng
沒有	*Không có*	Kohng gaw
女人／婦女	*Đàn bà/Phụ nữ*	Dan[g] ba/Fu nou
工作	*Làm việc*	Lam viek
書寫	*Viết*	Viet
年	*Năm*	Nahm
是的／好的／（贊成）	*Vâng/Dạ/(đồng ý)*	Vuhng/Z[Y]a/(dohng ee)
昨天	*Hôm qua*	Hohm gwa
你（弟弟）／妳（妹妹）	*Em*	Am

你（哥哥，年紀相仿或者年紀稍大的男性）	*Anh*	Ahn
妳（姊姊）	*Chị*	Ch[J]ee
你（朋友）	*Bạn*	Ban[g]
拉鍊	*Dây kéo*	Z[Y]ay geh-oh
動物園	*Sở thú*	Shuh tu

附錄一：全書主題詞彙索引

附錄二：關鍵字詞一覽表（按中文字筆劃排列）

關鍵字：中文	越南文	章節
（一）點／（一）些	Chút	35
？	Không	7
OK／好／可以	Được	12
OK／好／可以	Được	12
人	Người	54
小孩	Con	86
已經	Rồi	25
不	Không	8
什麼？	Gì	26
天氣	Thời tiết	65
日	Ngày	69
月	Tháng	71
水	Nước	11
火車	Xe lửa	52
牙醫	Nha sĩ	97
他	Em, Anh, ấy	21
去／走	Đi	23
可以／會&不可以／不會	Có thể & Không thể	58

國家圖書館出版品預行編目資料

一開口就會說越南語／Sam Brier, Linh Doan
著；張錦惠譯. －－初版. －－臺北市：五
南, 2018.04
　　面；　公分
　ISBN 978-957-11-9573-5（平裝）

1.越南語　2.讀本

803.798　　　　　　　107000245

1XFB　新住民／東南亞語

一開口就會說越南語
最超值！一次讓你學會標準對話腔調、方言

作　　　者 ― Sam Brier & Linh Doan

譯　　　者 ― 張錦惠

發 行 人 ― 楊榮川

總 經 理 ― 楊士清

副總編輯 ― 黃惠娟

責任編輯 ― 蔡佳伶

校對編輯 ― 陳瑞祥雲

錄音老師 ― 陳瑞祥雲

封面設計 ― 黃聖文

出 版 者 ― 五南圖書出版股份有限公司

地　　　址：106台北市大安區和平東路二段339號4樓

電　　　話：(02)2705-5066　傳　　真：(02)2706-6100

網　　　址：http://www.wunan.com.tw

電子郵件：wunan@wunan.com.tw

劃撥帳號：01068953

戶　　　名：五南圖書出版股份有限公司

法律顧問　林勝安律師事務所　林勝安律師

出版日期　2018年4月初版一刷

定　　　價　新臺幣380元

Copyright © 2014 by Periplus Editions (HK) Limited

※版權所有，欲利用本書內容，必須徵求本公司同意※